ENDALEGI EGYPSKA GÖTU MATURINN 2024

Skoðaðu ríkulegt veggteppi af egypskum bragði með 100 ljúffengum uppskriftum

Heiða Björk Eysteinsdottir

Höfundarréttarefni ©2024

Allur réttur áskilinn

Engan hluta þessarar bókar má nota eða senda á nokkurn hátt eða á nokkurn hátt án skriflegs samþykkis útgefanda og höfundarréttarhafa, nema stuttar tilvitnanir sem notaðar eru í umsögn. Þessi bók ætti ekki að koma í staðinn fyrir læknisfræðilega, lögfræðilega eða aðra faglega ráðgjöf.

EFNISYFIRLIT

EFNISYFIRLIT 3
KYNNING 6
MORGUNMATUR 7
   1. RJÓMALÖGUÐ HVEITIBERJAKORN [BILEELA] 8
   2. EGG MEÐ TÓMÖTUM OG FETAOSTI [BEID BIL GEBNA WA TOMATUM] 10
   3. JÓGÚRT MEÐ HUNANGI [ZABADI BIL 'ASAL] 12
   4. SÆTAR HNETUFYLLTAR PÖNNUKÖKUR [ATAYEF] 14
   5. LITUÐ EGG [BAID MIL'ON] 17
   6. BALILA [KJÚKLINGABAUNA MORGUNVERÐARSKÁL] 19
BRAUÐ 21
   7. HEFÐBUNDIÐ QURBAN BRAUÐ [AISH QURBAN] 22
   8. HVÍTT PÍTUBRAUÐ [AISH SHAMMI] 24
   9. BEDÚÍNABRAUÐ [AISH BEDAWI] 26
   10. EGYPSKT HEILHVEITI PÍTUBRAUÐ [AISH BALADI] 28
   11. NUBÍSKT BRAUÐ [AISH NUBI / MALTOUD] 30
   12. EISH BALADI [EGYPTÍSK FLATBRAUÐ] 32
FORRÉTTIR 34
   13. NAUTAKJÖTFYLLT BRAUÐ ÞRÍHYRNINGA [SAMBUSAK BIL LAHMA] 35
   14. TAAMEYA [EGYPTÍSKUR FALAFEL] 37
   15. HAWAWSHI [EGYPTÍSK KJÖTFYLLT PÍTA] 39
   16. SÆTAR BRAUÐBOLLUR TOPPAÐAR MEÐ SÍRÓPI [LOMUT AL ADI] 41
   17. EGYPTIAN FAVA FALAFEL [T'AMAYA] 44
   18. RAUÐAR LINSUBAUNIR [KOFTAT ADS AHMAR] 47
   19. KJÖT OG BULGUR HVEITI FINGUR [KIBBEEBA] 49
   20. SÆTAR PÖNNUKÖKUR MEÐ SÍTRÓNUSÍRÓPI [BALAHE SHAM] 52
   21. BLANDAÐUR HNETADISKUR [TABAA M'KASSARAT] 55
   22. FAVA BEAN PUREE [FUUL MEDAMMES] 57
   23. PHYLLO ÞRÍHYRNINGAR FYLLTIR MEÐ LAMBAKJÖTI [SAMBUSAK BIL LAHMA DANI] 59
   24. BRAGÐMIKIÐ PHYLLO SÆTABRAUÐ MEÐ KJÖTI [GÚLASJ BI LAHMA] 61
   25. EGGALDINSMAUK [BABA GHANOUG] 63
   26. DÖÐLUR MEÐ APRÍKÓSUM OG RÚSÍNUM [KHOSHAF] 65
   27. LÚPÍNUBAUNIR [TERMIS] 67
   28. PHYLLO ÞRÍHYRNINGUR MEÐ OSTI [SAMBOUSIK BIL GEBNA] 69
   29. FJÖLBREYTTUR FERSKUR ÁVAXTADISKUR [TABAA FAKHA TAZIG] 71
   30. KJÚKLINGAPÍTUBRAUÐSSAMLOKUR [SHWARMA BIL FIRAKH] 73
   31. BRENNDUR FISKUR MEÐ KRYDDJURTUM OG TÓMÖTUM [SAMAK FEE AL FORN BI TOMATUM]
     75
AÐALRÉTTUR 77
   32. KALKÚNN FYLLTUR MEÐ HRÍSGRJÓNUM OG KJÖTI [DEEQ RUMI MESHI MA ROZ WA LAHMA]
     78
   33. BRENNT LAMBALÆRI MEÐ KARTÖFLUM [FAKHDA MASHWIYA BIL BATATAS] 81

34. FULL MEDAMES [FAVA BAUNIR PLOKKFISKUR] 83
35. KOSHARI [EGYPTÍSKUR LINSUBAUNIR OG HRÍSGRJÓNARÉTTUR] 85
36. KÁLFAKJÖT, HRÍSGRJÓN OG RISTAÐ BRAUÐPOTT [FATTAH BIL BITELLO] 87
37. GRILLAÐAR FERSKAR SARDÍNUR [SARDINE MALI] 89
38. MAKKARÓNUR MEÐ KJÖTI OG BECHAMELSÓSU [MACARONA BECHAMEL] 91
39. KJÚKLINGA- OG SPÍNATMATZO BAKA MEÐ EGYPSKRI HEITRI SÓSU [MAYEENA] 94
40. STEIKTAR SARDÍNUR MEÐ RUCOLA [SARDEEN FEE AL FORN BI GARGHEER] 97
41. KALFAKJÖT OG KARTÖFLU TAGIN [TAGIN BITELLO WA BATATAS] 99
42. LAMBASKANKAR MEÐ KRYDDBLÖNDU [KAWARA LAHMA DANI] 101
43. LINSUBAUNIR, HRÍSGRJÓN OG PASTA MEÐ STERKRI TÓMATSÓSU [KOUSHARI] 103
44. SIRKASSÍSKUR KJÚKLINGUR [SHIRKASEYA] 106
45. EGYPSK HRÍSGRJÓN MEÐ BLÖNDUÐU GRÆNMETI [ROZ BIL KHODAR] 108
46. BEDÚÍNALAMBAPOTTRÉTTUR [TAGIN LAHMA DANI] 110
47. BRENNDUR MARINERAÐUR KJÚKLINGUR [FIRAKH MASHWI FEE AL FORN] 112
48. STEIKTUR NÍLARKARFI [SAMAK BULTI MALI] 114

AUKARÉTTUR 116

49. ÞISTILHJÖRTUR MEÐ DILLSÓSU [KHARSHUF BI SHABBAT] 117
50. FYLLT VÍNVIÐARLAUF [WARA' EL AGHNIB] 119
51. EGYPSK HRÍSGRJÓN [ROZ] 122
52. STEIKT EGGALDIN MEÐ HVÍTLAUKSDRESSINGU [BITTINGAN MA'LI BIL TOUM] 124
53. STEIKT OKRA OG TÓMATAR [BAMYA MATBUKH] 126

SALÖT 128

54. SÍTRUSGRÆN BAUNASALAT [FASOULA BI LIMOON] 129
55. KJÚKLINGABAUNA-, TÓMATAR- OG TAHINISALAT [SALATA HOMMUS BIL TOMATUM WA TAHINA] 131
56. HIRÐASALAT [SALATA BIL GEBNIT AL MA'IZ] 133
57. ARUGULA SALAT [SALATA BIL GARGEER] 135
58. EGGALDINSALAT MEÐ GRANATEPLI MELASSA [SALATA RUMAN BIL DABS RUMAN] 137
59. SALAT MEÐ VÍNBERJUM OG STEIKTUM FETAKÚLUM [SALATA BIL AGHNIB WA GEBNA MAKLEYAH] 139
60. BLANDAÐ KRYDDJURTA- OG VORLAUKSSALAT [SALATA KHADRA BIL BASSAL] 141

SÚPA 143

61. MAUKUÐ KÚRBÍTSÚPA [SHORBAT KOOSA] 144
62. MALLOWSÚPA GYÐINGA [SHORBAT MALOUKHIYA] 146
63. KJÚKLINGABAUNASÚPA MEÐ ZATAAR BRAUÐTENINGUM [SHURBA BIL HOMMUS] 148
64. LAMBASOÐ OG ORZO SÚPA [SHORBA BI LISSAN AL ASFOOR] 150
65. VERMICELLI, KJÖT OG TÓMATSÚPA [SHORBAT BIL SHARLEYA, LAHMA, WA TOMATUM] 152

EFTIRLITUR 154

66. DATE DOME COOKIES [MA'MOUL] 155
67. DAGSETNING HAROSET [AGWA] 158
68. EGYPSK PUNDKAKA [TORTA] 160
69. HEFÐBUNDNAR EID KÖKUR [KAHK A L'EID] 162
70. ASWAN DAGSETNINGARKÖKUR [BISKOWEET BIL AGWA MIN ASWAN] 164

71. Hunangsfylltar Eid kökur [Kahk bil Agameya] 167
72. Foie Gras Faraós [Kibdet Firakh] 170
73. Grjónukökur með kirsuberjatopp [Biskoweet bil Smeed wa Kareez] 172
74. Rjómalöguð appelsínubúðing [Mahallabayat Bortu'an] 174
75. Semolina kaka með hunangssírópi [Basboosa] 176
76. Apríkósubúðingur [Mahallibayat Amr al Din] 179
77. Roz Bel Laban [Hrísgrjónabúðingur] 181

KRYDDINGAR 183
78. Meshaltet [skýrt smjör og hunangsálegg] 184
79. Dukkah [Egyptísk hneta og kryddblanda] 186
80. Tahinisósa [Sesamfræpasta sósa] 188
81. Shatta [Egyptísk heit sósa] 190
82. Bessara [Fava Bean Dip] 192
83. Hvítlaukssósa [Toum] 194
84. Amba [súrsuð mangósósa] 196
85. Sumac kryddblanda 198
86. Molokhia sósa 200
87. Za'atar kryddblanda 202
88. Besara [Jurta- og baunadýfa] 204
89. Tarator [Sesam og hvítlaukssósa] 206
90. Sesammelassi [Dibs og Tahini] 208

DRYKKIR 210
91. Svart te með myntu [Shai bil Na'na] 211
92. Tamarind Juice [Assir Tamr Hindi] 213
93. Karvíte [Carawaya] 215
94. Bedouin Tea [Shai Bedawi] 217
95. Egyptian Lemonade [Assir Limoon] 219
96. Guava og kókoskokteill [kokteill bil Gooafa, Manga, wa Jowz al Hind] 221
97. Heimalagaður apríkósusafi [Assir Amr Din] 223
98. Heitur kanilldrykkur [Irfa] 225
99. Lakkrísdrykkur [Ir'sus] 227
100. Hibiscus punch [Karkade] 229

NIÐURSTAÐA 231

KYNNING

Farðu í matreiðslukönnun um iðandi götur Egyptalands með "ENDALEGI EGYPSKA GÖTU MATURINN 2024", safni sem býður þér að njóta ríkulegrar bragðtegunda sem skilgreina götumatarsenu þessa líflega lands. Þessi matreiðslubók er tilefni af fjölbreyttu og ljúffengu úrvali rétta sem finnast á iðandi mörkuðum og fjölförnum götum Egyptalands. Með 100 nákvæmlega útbúnum uppskriftum, vertu með okkur þegar við ferðumst í gegnum kryddin, ilmina og bragðið sem gera egypskan götumat að matreiðslufjársjóði.

Sjáðu fyrir þér líflega markaði fyllta af ilm af grilluðu kjöti, taktföst hljóð söluaðila sem kalla fram fórnir sínar og litríka sýningu á kryddi og kryddjurtum. "ENDALEGI EGYPSKA GÖTU MATURINN 2024" er ekki bara matreiðslubók; það er boð um að kanna áreiðanleika og sál egypskrar götumatargerðar. Hvort sem þú ert að þrá hlýju koshari, suða af ta'ameya eða sætleika basbousa, eru þessar uppskriftir gerðar til að flytja þig inn í hjarta matreiðslu götulífs Egyptalands.

Frá helgimynda sígildum til falinna gimsteina, hver uppskrift er hátíð fjölbreytileika og nýsköpunar sem finnast í egypskum götumat. Hvort sem þú ert vanur kokkur sem vill endurskapa upplifunina við götuna eða ævintýragjarn heimakokkur sem er fús til að kanna nýjar bragðtegundir, þá eru þessar uppskriftir hannaðar til að færa líflegan anda egypsks götumatar í eldhúsið þitt.

Gakktu til liðs við okkur þegar við kafa ofan í ríkulegt veggteppi af egypskum bragði, þar sem hver réttur segir sögu um hefðir, samfélag og gleði sameiginlegra máltíða. Svo safnaðu kryddinu þínu, faðmaðu ilminn og við skulum leggja af stað í dýrindis ferð í gegnum "ENDALEGI EGYPSKA GÖTU MATURINN 2024."

Morgunmatur

1.Rjómalöguð hveitiberjakorn [Bileela]

HRÁEFNI:
- 1 bolli heilhveiti ber, skoluð
- ⅓ bolli sykur eða hunang, eða eftir smekk
- ½ bolli heit mjólk
- Handfylli af rúsínum, ef vill

LEIÐBEININGAR:
a) Kvöldið áður er heilhveitiberin sett í stóran hitabrúsa og sjóðandi vatni yfir. Morguninn eftir verður hveitið blásið og meyrt.
b) Hrærið sykri eða hunangi í hveiti, ef vill, og dreifið í 4 kornskálar.
c) Toppið með volgri mjólk og rúsínum ef það er notað.

2. Egg með tómötum og fetaosti [Beid bil Gebna wa Tomatum]

HRÁEFNI:
- 1 tsk útpressuð maís- eða ólífuolía
- 4 [¼-tommu þykkar] sneiðar fetaostur
- 4 egg
- 1 þroskaður tómatur, skorinn í teninga
- Salt eftir smekk
- Nýmalaður svartur pipar eftir smekk

LEIÐBEININGAR:
a) Hitið ólífuolíu á stórri pönnu við meðalhita. Setjið fetasneiðar með nokkurra tommu millibili á pönnunni og látið malla í 2 mínútur.

b) Brjótið egg yfir hverja fetasneið og kryddið með salti og pipar eftir smekk. Stráið tómatbitum yfir hvert egg og eldið í um það bil 10 mínútur, þar til eggið er stíft og osturinn er mjúkur. Berið fram heitt.

3.Jógúrt með hunangi [Zabadi bil 'Asal]

HRÁEFNI:
- 4 bollar gæða fullfeiti grísk jógúrt
- 4 tsk gæða hunang

LEIÐBEININGAR:
a) Skiptu jógúrtinni í fjórar ramekin.
b) Toppið hvern með 1 teskeið af hunangi og berið fram.

4.Sætar hnetufylltar pönnukökur [Atayef]

HRÁEFNI:
Pönnukökudeigur:
- 1½ tsk virkt þurrger
- 1½ tsk sykur
- 2 bollar óbleikt, alhliða hveiti
- ⅛ teskeið salt

SÍRÓP:
- 1 bolli sykur
- Safi úr ½ sítrónu
- 3 ræmur sítrónubörkur
- ½ tsk appelsínublómavatn
- ½ tsk rósavatn

FYLLING:
- ¼ bolli hvítaðar möndlur, malaðar
- ¼ bolli valhnetur, möluð Canola olía, til steikingar

LEIÐBEININGAR:
a) Til að búa til deig: Blandið ger með sykri og ¼ bolla af volgu vatni. Hrærið þar til það er uppleyst. Sigtið hveiti og salt í stóra blöndunarskál. Gerðu brunn í miðjunni. Hellið gerblöndunni og 1¼ bolla af volgu vatni út í. Þeytið blönduna þar til slétt deig myndast. Hyljið skálina með plastfilmu og eldhúsþurrkum og setjið á heitt, draglaust svæði. Látið hefast í 1 klst. Deigið er tilbúið þegar það er freyðandi.

b) Í millitíðinni, undirbúið sírópið: Blandið ¾ bolla af vatni saman við sykur, sítrónusafa og sítrónuberki í meðalstórum potti. Hrærið og eldið við meðalháan hita, hrærið oft þar til sykurinn er uppleystur. Látið suðuna koma upp, hættu að hræra og lækkið hitann í miðlungs lágan. Látið malla í 10 mínútur. Takið af hitanum og setjið til hliðar til að kólna. Þegar sírópið hefur kólnað skaltu fjarlægja og farga sítrónuberki. Hrærið appelsínublómavatni og rósavatni út í.

c) Þegar deigið er tilbúið skaltu hita 2 matskeiðar af rapsolíu á stórri pönnu. Notaðu deigskammtara eða matskeið, helltu varlega 1 matskeið af deigi í olíuna og dreifðu til að mynda 4 tommu hringlaga pönnuköku. Haltu áfram með eitthvað af deiginu sem eftir er, ekki troða pönnu.

d) Þegar topparnir á pönnukökunum eru fullir af holum, fjarlægðu þá með spaða og settu á pappírsklædda bakka með soðnu hliðinni niður. Þegar allt deigið hefur verið notað byrjarðu að fylla pönnukökurnar.
e) Blandið möluðum möndlum og valhnetum saman við. Haltu pönnuköku í lófa vinstri handar og fylltu hana með 1 tsk af hnetablöndunni á ósoðnu hliðinni á pönnukökunni. Brjóttu pönnukökuna í tvennt og þrýstu varlega á enda brúnanna til að loka í formi hálfs tungls. [Gætið þess að gera ekki þykka hrygg í kringum brúnina eins og ravioli, annars veldur það því að atayefið steikist ójafnt.] Setjið fylltar pönnukökur á disk og haltu áfram að fylla og þétta pönnukökurnar sem eftir eru.
f) Hitið 2 tommu af olíu á stórri pönnu. Þegar olían er orðin heit, steikið fylltu pönnukökurnar í 2 mínútur á hlið eða þar til þær eru gullnar. Fjarlægðu pönnukökur og settu á fat klætt með pappírshandklæði. Á meðan þær eru enn heitar, setjið pönnukökurnar á disk og hellið sírópi yfir.
g) Látið kólna nógu mikið til að hægt sé að höndla það og berið fram heitt.

5. Lituð egg [Baid Mil'on]

HRÁEFNI:
- 6 hvít egg
- Húð af 2 gulum laukum
- Húð af 3 rauðlaukum

LEIÐBEININGAR:
a) Setjið 3 egg í lítinn pott, hyljið með vatni og bætið við gulu laukhýðinu.
b) Setjið hin 3 eggin sem eftir eru í sérstakan pott, hyljið með vatni og bætið rauðlaukshýðinu út í. Látið suðuna koma upp í báðum pottunum við háan hita, lækkið hitann í lágan og látið malla, án loks, í 20 mínútur.
c) Látið egg standa í vatninu í 1 klukkustund; tæmdu, látið kólna og berið fram eða kælið.

6.Balila [Kjúklingabauna morgunverðarskál]

HRÁEFNI:
- 2 dósir [15 oz hver] kjúklingabaunir, tæmdar og skolaðar
- 2 hvítlauksgeirar, saxaðir
- 1/4 bolli ólífuolía
- 1 tsk malað kúmen
- Salt og pipar eftir smekk
- Hakkað fersk steinselja til skrauts
- Sítrónubátar til framreiðslu

LEIÐBEININGAR:
a) Á pönnu, steikið hakkaðan hvítlauk í ólífuolíu þar til hann er ilmandi.
b) Bætið við kjúklingabaunum, kúmeni, salti og pipar. Eldið þar til það er hitað í gegn.
c) Skreytið með saxaðri steinselju og berið fram með sítrónubátum.

BRAUÐ

7.Hefðbundið Qurban brauð [Aish Qurban]

HRÁEFNI:
- 2¼ teskeiðar virkt þurrger
- 1 tsk sykur
- Klípa af salti
- 3 bollar brauðhveiti
- 1 matskeið extra virgin ólífuolía

LEIÐBEININGAR:
a) Klæðið 2 bökunarplötur með smjörpappír. Þynnið ger og sykur í ½ bolla af volgu vatni. Sigtið salt og hveiti saman við og gerið holu í miðjunni. Bætið við gerinu og öðrum ½ bolli af vatni [eða nóg til að gera einsleitt deig].

b) Skiptið deiginu í 4 jafna hluta og mótið í 4 [4½ tommu] kringlótt flat brauð. Settu 2 brauð á hverja pönnu, skildu þau eftir nokkra tommu á milli til að leyfa pláss að lyfta sér. Hyljið brauðin með eldhúsdúk og látið hefast á heitu, draglausu svæði í 1 klst.

c) Forhitaðu ofninn í 400 gráður F. Þegar brauðið hefur lyft sér skaltu gera viðeigandi hönnun ofan á með beittum hníf og penslaðu toppana með ólífuolíu. Bakið í 20 mínútur eða þar til ljósgyllt. Látið kólna aðeins en berið fram volga.

8.Hvítt pítubrauð [Aish Shammi]

HRÁEFNI:
- 2 matskeiðar virkt þurrger
- 1 matskeið salt
- 7 bollar óbleikt, alhliða hveiti
- 2 matskeiðar extra virgin ólífuolía

LEIÐBEININGAR:
a) Hellið 2¼ bollum af volgu vatni í stóra skál. Bætið gerinu út í og hrærið þar til það er uppleyst. Saltið og blandið síðan hveitinu smám saman saman við til að mynda deig. Veltið út á létt hveitistráðu vinnuborði og hnoðið í 10 mínútur, þar til slétt og teygjanlegt, eða setjið í skál rafmagnshrærivélar með krókfestingu og hnoðið á meðalhraða í 2 mínútur. Hellið olíu í stóra skál og setjið deigið í skálina og snúið því við. Hyljið með eldhúsþurrku og látið hefast þar til tvöfaldast í magni, um það bil 1½ til 2 klukkustundir.

b) Þegar deigið hefur lyft sér skaltu kýla varlega niður. Skiptið deiginu í 13 jafna hluta og mótið kúlur. Setjið á létt hveitistráð yfirborð og hyljið með þurru eldhúsþurrku. Látið hvíla í 15 mínútur.

c) Forhitaðu ofninn í 475 gráður F. Settu bökunarstein eða plötu í neðsta hluta ofnsins. Rúllaðu út hverja deigkúlu til að mynda 6 tommu hring.

d) Setjið 3 hringi á forhitaða bökunarplötu og bakið í um það bil 12 mínútur, þar til þeir eru uppblásnir og byrja að litast.

e) Forðastu að opna ofninn á fyrstu 4 mínútum eldunar. Fjarlægðu með málmspaða eða pizzuhýði og settu í brauðkörfu eða á disk. Endurtaktu með afganginum af deighringjunum þar til allir eru soðnir.

f) Setjið auka pítubrauð í plastpoka, þéttið vel og frystið þar til þörf er á.

g) Þíðið við stofuhita og hitið aftur undir kálinu.

9. Bedúínabrauð [Aish Bedawi]

HRÁEFNI:
- 1 bolli heilhveiti sætabrauðsmjöl
- 1 bolli óbleikt, alhliða hveiti, auk auka til að rykhreinsa vinnuflöt
- Klípa af salti
- 5 matskeiðar extra virgin ólífuolía eða önnur matarolía

LEIÐBEININGAR:

a) Hellið heilhveitibrauðsmjöli og alhliða hveiti í stóra blöndunarskál. Hrærið salti saman við. Hrærið rólega 1 bolla af volgu vatni út í, eða nógu mikið til að deigið verði til. Veltið út á létt hveitistráð yfirborð og hnoðið deigið í 5 mínútur þar til það er slétt og teygjanlegt. Látið það hvíla í 10 mínútur.

b) Skiptið deiginu í 5 jafna hluta. Á létt hveitistráðu vinnuborði, með því að nota létt hveitistráðan kökukefli, fletjið hvert deigstykki út þar til það er

c) stærð matardisks. Henda hverjum og einum upp í loftið eins og pizzuskorpu og sett á létt hveitistráð yfirborð þar til það er tilbúið til steikingar.

d) Hitið matskeið af ólífuolíu yfir miðlungshita á pönnu sem er nógu stór til að rúma brauðið. Bætið einum af deighringjunum út í og steikið í 4 til 5 mínútur, þar til toppurinn á brauðinu er freyðandi og að neðan er létt gullinn. Snúið varlega við og haltu áfram að elda í 4 til 5 mínútur í viðbót. Flyttu yfir á matardisk. Hitið aðra matskeið af ólífuolíu og haltu áfram að steikja brauðin, bætið við matskeið af olíu á milli eldunar hvers brauðs, þar til þau eru búin. Berið fram heitt. Vefjið afganga inn í plastfilmu og frystið.

10.Egypskt heilhveiti pítubrauð [Aish Baladi]

HRÁEFNI:
- 1 bolli óunnið klíð
- ¾ bolli óbleikt alhliða hveiti
- ¾ bolli heilhveiti sætabrauðshveiti
- 2 tsk virkt þurrger
- ½ tsk ólífuolía, plús aukalega fyrir olíuskál
- ¾ bolli af volgu vatni
- ½ tsk sjávarsalt eða Kosher salt

LEIÐBEININGAR:
a) Hitið ofninn í 350 gráður F. Setjið klíð á kökuplötu og mulið á milli fingra til að gera það fínni. Bakið í 5 til 10 mínútur, eða þar til klíðkornin eru ristuð. Takið úr ofninum og setjið til hliðar.

b) Blandið saman alhliða hveiti, heilhveiti sætabrauðsmjöli, ½ bolli af ristuðu klíði, geri, ólífuolíu, vatni og salti í stóra skál eða skál sem sett er í standandi hrærivél. Þegar innihaldsefnunum hefur verið blandað saman skaltu hnoða deigið í 20 mínútur með höndunum eða 3 mínútur með standandi hrærivél og nota deigkrókinn á meðalhraða. Setjið deigið í smurða skál og látið standa í 45 mínútur, án loks.

c) Stráið hreinu vinnuborði og tveimur stórum bökunarplötum með ½ bolla af klíði til viðbótar. Mótaðu deigið í jafnan bita með höndunum og skerðu það í 5 jafna bita. Myndaðu hvern bita í flatan 6 tommu hring með höndum þínum eða rúllaðu út með kökukefli til að móta 5 kringlótt pítubrauð. Setjið 2 eða 3 pítur á hverja bökunarplötu og leyfið að hvíla í 30 mínútur áður en þær eru bakaðar.

d) Forhitaðu grillið í ofninum þínum. Setjið brauð undir grillið og bakið í 2 til 3 mínútur á hvorri hlið, þar til það er blásið og gullið. Berið fram heitt.

e) Settu aukabrauð í plastpoka á meðan það er enn heitt og lokaðu til að koma í veg fyrir að það þorni.

11. Nubískt brauð [Aish Nubi / Maltoud]

HRÁEFNI:
- 2 teskeiðar útblásturspressuð maísolía
- 6 bollar óbleikt brauðhveiti eða hvers kyns hveiti
- 2 tsk salt
- 1 matskeið lyftiduft
- 1 matskeið virkt þurrger

LEIÐBEININGAR:
a) Smyrjið bökunarplötu létt með 1 tsk maísolíu. Blandið saman hveiti, salti og lyftidufti í stórri skál. Blandið gerinu saman við ⅔ bolla af volgu vatni og hrærið þar til það er uppleyst. Hellið í hveitiblönduna og hrærið til að blanda saman. Hrærið 1⅓ bolla af vatni saman við og blandið saman í þétt deig. [Rakastigið á heimili þínu mun hafa áhrif á hlutfall hveiti og vatns. Ef deigið virðist of þurrt skaltu bæta við meira vatni, smá í einu; ef deigið virðist of laust skaltu bæta við meira hveiti smávegis í einu þar til þú færð þétt deig.]

b) Dustið létt hveiti yfir vinnuborðið og hnoðið deigið í 10 mínútur, eða þar til það er slétt og teygjanlegt. Smyrjið stóra skál með afganginum af teskeið af olíu, setjið deigið inni og snúið við. Hyljið með léttolíuðri glærri plastfilmu, loki eða eldhúsþurrku og látið hefast á heitum, draglausum stað í 1 klukkustund, eða þar til magnið hefur tvöfaldast.

c) Eftir að deigið hefur lyft sér skaltu snúa út á létt hveitistráðu vinnuborði og móta í 7 tommu breiðan hring. Notaðu höndina, gríptu efst á deiginu í miðju hringsins, dragðu aðeins upp og snúðu til að mynda 3 tommu hnúð ofan á miðju deigsins. Færið yfir á ofnplötu og hyljið með skál sem er hvolfið. Látið hefast í klukkutíma í viðbót.

d) Forhitaðu ofninn í 425 gráður F og bakaðu brauðið í um það bil 35 til 40 mínútur, eða þar til það er létt gyllt og hljómar holur þegar bankað er á það. Kælið á vírgrind.

12.Eish Baladi [Egyptísk flatbrauð]

HRÁEFNI:
- 4 bollar heilhveiti
- 1 tsk salt
- 1 matskeið ólífuolía
- 1 1/2 bollar heitt vatn

LEIÐBEININGAR:
a) Blandið saman hveiti og salti í stórri skál.
b) Bætið ólífuolíu út í og bætið heitu vatni smám saman við, hnoðið þar til slétt deig myndast.
c) Skiptið deiginu í kúlur og fletjið hverja út í hringlaga form.
d) Eldið á heitri pönnu eða pönnu þar til það er blásið og brúnt.

FORRÆTIR

13. Nautakjötfyllt brauð þríhyrninga [Sambusak bil Lahma]

HRÁEFNI:
- 3 bollar óbleikt alhliða hveiti, auk auka til að rykhreinsa
- 1 matskeið virkt þurrger
- 1 tsk salt
- 4½ bollar útblásturspressuð maísolía
- 1 pund nautahakk
- 1 laukur, afhýddur og skorinn í teninga
- 1 tsk malað kúmen

LEIÐBEININGAR:
a) Setjið hveitið í stóra skál. Blandið geri og salti saman við. Bætið ½ bolli af maísolíu og ½ bolli af volgu vatni út í og hrærið vel saman. Haltu áfram að blanda þar til blandan myndar deig. Ef blandan virðist of klístruð skaltu bæta við meira hveiti, matskeið fyrir matskeið. Ef blandan virðist of þurr skaltu bæta við meira vatni, matskeið fyrir matskeið. Þegar deigið hefur myndast, skiptið í 8 jafna hluta. Sett á létt hveitistráðu vinnuborði á heitum, draglausum stað. Hyljið með eldhúsdúk og leyfið að hefast í klukkutíma.
b) Hitið stóra pönnu yfir meðalhita. Bæta við nautahakk, lauk og kúmeni; eldið, hrærið af og til, þar til kjötið er brúnt. Fjarlægðu frá
c) hitið og látið kólna. [Þetta er hægt að gera með dags fyrirvara.]
d) Þegar deigið hefur lyft sér skaltu fjarlægja eldhúsdúka. Rykið létt yfir vinnuflöt og kökukefli. Fletjið deigstykkin út í 4 til 5 tommu hringi. Setjið 2 matskeiðar af kjötblöndu í miðju hverrar umferðar. Brjótið deigið í tvennt til að hylja kjötið og ýtið með gaffli niður í kringum brúnirnar til að loka.
e) Hitið eftir 4 bolla af maísolíu í stórri pönnu. Steikið sambusakinn í 3 til 5 mínútur á hlið eða þar til hann er gullinn. Takið úr olíunni með sleif og færið yfir á fat sem er klætt með pappírshandklæði. Berið fram heitt.

14. Taameya [egyptískur falafel]

HRÁEFNI:

- 2 bollar þurrkaðar fava baunir eða kjúklingabaunir, lagðar í bleyti yfir nótt
- 1 laukur, saxaður
- 3 hvítlauksgeirar, saxaðir
- 1/4 bolli fersk steinselja, söxuð
- 1 tsk malað kúmen
- Salt og pipar eftir smekk
- Jurtaolía til steikingar

LEIÐBEININGAR:

a) Tæmið og skolið bleyti baunirnar, blandið síðan saman við lauk, hvítlauk, steinselju, kúmen, salti og pipar.
b) Mótið blönduna í litlar smábollur.
c) Hitið olíu á pönnu og steikið kökurnar þar til þær eru gullinbrúnar.
d) Berið fram í pítubrauði með tahinisósu.

15. Hawawshi [egyptísk kjötfyllt píta]

HRÁEFNI:
- 1 pund nautahakk eða lambakjöt
- 1 laukur, smátt saxaður
- 2 tómatar, skornir í bita
- 2 hvítlauksgeirar, saxaðir
- 1 tsk malað kúmen
- Salt og pipar eftir smekk
- Pítubrauð

LEIÐBEININGAR:
a) Steikið lauk og hvítlauk á pönnu þar til það er mjúkt.
b) Bætið kjöti saman við og eldið þar til það er brúnt.
c) Bætið tómötum, kúmeni, salti og pipar út í og látið malla þar til blandan þykknar.
d) Setjið kjötblönduna í hálft pítubrauð og grillið þar til það verður stökkt.

16. Sætar brauðbollur toppaðar með sírópi [Lomut al Adi]

HRÁEFNI:
SÍRÓP:
- ¾ bolli sykur
- Safi úr 1 sítrónu

SÆTAR FRÍTUR:
- 1⅛ tsk virkt þurrger blandað með 1 tsk sykri
- 2¼ bollar óbleikt alhliða hveiti
- 1 matskeið hrísgrjónamjöl
- 1 stórt egg, þeytt
- 1 matskeið skýrt smjör[ghee]
- 4 bollar útbláturspressuð maísolía til steikingar

LEIÐBEININGAR:

a) Gerðu sírópið með því að setja 1 bolla af vatni, sykri og sítrónusafa í stóran pott. Hrærið og látið suðuna koma upp, án loks, við meðalhita. Þegar sírópið byrjar að sjóða, lækkið hitann í lágan, hættið að hræra og látið malla í 10 mínútur. Takið af hitanum og setjið til hliðar til að kólna.

b) Gerðu sætu kökurnar með því að leysa gerblönduna upp í ¼ bolla af volgu vatni í lítilli skál. Látið hvíla í 15 mínútur eða þar til það er freyðandi og tvöfaldað að rúmmáli [þetta er kallað að þétta gerið].

c) Í stórri skál, blandaðu öllu hveiti, hrísgrjónamjöli, gerblöndu, eggi og skýru smjöri saman við 1¾ bolla af vatni. Blandið vel saman til að blanda saman, þeytið síðan til að fjarlægja kekki. Blandan ætti að líkjast pönnukökudeigi. Ef deigið virðist of þykkt skaltu bæta við meira vatni, matskeið fyrir matskeið, þar til það er slétt. Ef deigið virðist of þunnt skaltu bæta við meira hveiti, matskeið fyrir matskeið, þar til það er slétt.

d) Hyljið deigið með hreinum eldhúsklút og vefjið síðan alla skálina inn í hreint handklæði. Setjið á heitum, draglausum stað í 2 klukkustundir eða þar til deigið er orðið freyðandi og hefur tvöfaldast í rúmmáli.

e) Þegar deigið er tilbúið skaltu hita 4 bolla af olíu á stórri, breiðri pönnu. Notaðu tvær teskeiðar til að móta hrúgafulla teskeið af deigi í sporöskjulaga og ýttu sporöskjulaga af með einni af skeiðunum. Endurtaktu með afganginum af deiginu.

f) Þegar olían nær 350 til 365 gráður F, slepptu litlu kúlunum varlega í heitu olíuna [þú gætir valið að vera með ofnhantlinga á meðan þú gerir þetta]. Steikið í 2 til 3 mínútur á hlið, þar til þær eru gullinbrúnar. Fjarlægðu með sleif á fat sem er klætt með pappírshandklæði. Endurtaktu þar til allt deigið er notað.
g) Setjið kökur varlega í frátekið sítrónusíróp, snúið varlega til að hjúpa, og takið út á borðdisk. Endurtaktu þar til allar kökur eru húðaðar.

17. Egyptian Fava Falafel [T'amaya]

HRÁEFNI:
- 1 bolli skrældar þurrkaðar Fava baunir[breiðbaunir], liggja í bleyti yfir nótt í vatni og síðan tæmd
- ¼ bolli fersk dilllauf
- ¼ bolli fersk kóríanderlauf
- ¼ bolli fersk steinseljublöð
- 1 lítill gulur laukur, skorinn í teninga
- 8 hvítlauksgeirar, saxaðir
- 1 tsk malað kúmen
- 1 tsk malað kóríander
- Klípa af cayenne pipar
- Salt
- Nýmalaður svartur pipar
- 1 tsk lyftiduft
- Expeller pressuð maísolía, til steikingar
- ¼ bolli hvít sesamfræ

LEIÐBEININGAR:

a) Setjið baunir, dill, kóríander, steinselju, lauk og hvítlauk í matvinnsluvél og blandið þar til slétt deig myndast. Blandið ½ bolli af vatni út í [eða nóg til að gera blönduna blauta og lausa—það ætti að líkjast þykkt þunnt deig].

b) Bætið við kúmeni, kóríander, cayenne og smá salti og pipar eftir smekk. Hrærið lyftidufti saman við og blandið saman til að blanda saman. Hellið blöndunni í skál og látið standa við stofuhita í 1 klst.

c) Hellið 3 tommu af maísolíu í stóra pönnu yfir miðlungs hita. Þegar olían er orðin nógu heit til að steikjast mun brauðstykki sem er sleppt í hana gullna og fljóta strax upp á toppinn. Notaðu tvær teskeiðar til að safna hrúgafullri teskeið af maukinu í eina skeið og ýttu því varlega af með hinni skeiðinni og myndaðu hringlaga böku í olíunni. Endurtaktu ferlið þar til pannan er full og skildu eftir ½ tommu bil á milli hvers falafels.

d) Á meðan falafel eldast, stráið nokkrum sesamfræjum á ósoðnu hliðarnar. Steikið þar til falafel er dökkgulbrúnt, um það bil 5 mínútur; snúið við og steikið hinar hliðarnar þar til þær eru í sama lit. Klæðið fat með handklæði.

e) Lyftu falafelinu upp úr olíunni með götuskeiði og tæmdu það á pappírshandklæði. Endurtaktu með afganginum af deiginu.

f) Berið fram heitt með Tahini sósu.

18. Rauðar linsubaunir [Koftat Ads Ahmar]

HRÁEFNI:
- 2 gulrætur, skrældar og smátt saxaðar
- 1¼ bollar rauðar linsubaunir
- 1 gulur laukur, smátt saxaður
- 2 hvítlauksgeirar, saxaðir
- ½ tsk malaður kanill
- ½ tsk paprika
- ¼ tsk malaður múskat
- 1 tsk malað kúmen
- Safi úr 1 sítrónu
- 2 matskeiðar saxaðar ósaltaðar jarðhnetur
- ½ bolli alhliða hveiti
- 1 tsk malað túrmerik
- 1 bolli útblásturspressuð maísolía Salt

LEIÐBEININGAR:
a) Setjið gulrætur, linsubaunir, lauk, hvítlauk, kanil, papriku, múskat, kúmen, sítrónusafa, jarðhnetur og 2½ bolla af vatni í stóran pott við háan hita. Látið suðuna koma upp og lækkið síðan hitann í lágan.
b) Látið malla, lokið, í 30 mínútur eða þar til allur vökvinn hefur gufað upp. Takið af hita og setjið til hliðar þar til það er nógu kalt til að hægt sé að höndla það.
c) Blandið hveiti og túrmerik saman við á litlum disk. Dustið létt hveiti yfir hendurnar og myndið linsubaunir í 16 [3 tommu] sporöskjulaga. Rúllaðu linsubaunakrókettunum varlega inn í hveitiblönduna til að hjúpa.
d) Hitið olíuna á stórri pönnu við meðalháan hita. Þegar olían er orðin heit skaltu lækka hluta af krókettunum varlega í heitu olíuna og passa að troða ekki á pönnuna. Steikið í um það bil 10 mínútur á hvorri hlið eða þar til dökkgult. Fjarlægðu króketturnar úr olíunni með sleif og settu á fat sem er klætt með pappírshandklæði.
e) Stráið salti yfir eftir smekk. Endurtaktu með krókettum sem eftir eru. Berið fram heitt.

19.Kjöt og Bulgur hveiti fingur [Kibbeeba]

HRÁEFNI:

SKEL:
- 1⅓ bollar fínn bulgur
- ½ pund lambakjöt eða nautahakk
- 1 rauður chili, fræhreinsaður og saxaður
- 1 meðalgulur laukur, gróft saxaður Salt eftir smekk
- Nýmalaður svartur pipar eftir smekk

FULLING:
- 2 matskeiðar ólífuolía
- 1 meðalgulur laukur, smátt saxaður
- ¼ bolli furuhnetur
- ½ pund lambakjöt eða nautahakk
- ¼ tsk malaður múskat
- ½ tsk malaður kanill
- ¼ tsk paprika
- 1 tsk malað kúmen
- 4 matskeiðar fersk kóríander eða steinselja, smátt saxuð
- Expeller pressuð maísolía eða safflorolía til steikingar

LEIÐBEININGAR:

a) Til að búa til skelina: Setjið bulgur í miðlungs skál og hyljið með 2 bollum af köldu vatni. Leggið í bleyti í 15 mínútur, skolið vel af og setjið aftur í skálina. Setjið bulgur, nautahakk eða lambakjöt, rauðan chili, lauk, salt og pipar í matvinnsluvél. Kveiktu og slökktu á púls þar til blandan myndar deig.

b) Til að gera fyllinguna: Hitið ólífuolíu á stórri pönnu við meðalhita. Steikið laukinn þar til hann er hálfgagnsær, um það bil 3 til 5 mínútur. Bætið furuhnetum saman við, blandið vel saman og eldið í 5 mínútur. Bætið kjöti, múskati, kanil, papriku og kúmeni út í og steikið kjötið þar til það er brúnt. Hrærið kóríander eða steinselju út í og setjið til hliðar þar til það er kólnað. Smakkið til og stillið af með salti ef þarf.

c) Hellið skeljablöndunni úr matvinnsluvélinni á vinnuborð. Með höndum þínum, mótaðu blönduna í flata, kringlótta köku um það bil 8 tommur í þvermál. Skerið kökuna í 13 jafnstóra báta. Fletjið hvern fleyg út með lófanum [þær ættu að líkjast pönnukökum].

d) Setjið 1 tsk af fyllingarblöndu í miðja hring. Næst skaltu setja hliðarnar yfir til að hylja alla fyllingarblönduna. Rúllið því í eggform, passið að fyllingin haldist hulin. Endurtaktu með 12 stykki sem eftir eru.
e) Hitið 2 tommu af mataroliu yfir miðlungshita á stórri, djúpri pönnu.
f) Þegar olían er heit skaltu lækka kibbeeba varlega í olíuna. Gætið þess að fjölmenna ekki á pönnuna - þú gætir þurft að vinna í lotum; það ætti að vera að minnsta kosti tommu bil á milli hvers og eins. Steikið kibbeeba á annarri hliðinni í 3 til 5 mínútur þar til hann er gullinbrúnn. Snúið þeim við og eldið í jafnlangan tíma á hinni hliðinni.
g) Notaðu skál og fjarlægðu kibbeeba á fat sem er klætt með pappírshandklæði. Stráið salti yfir, ef vill, og haltu áfram að steikja restina af kibbeeba.
h) Berið fram heitt eða við stofuhita.

20.Sætar pönnukökur með sítrónusírópi [Balahe Sham]

HRÁEFNI:

Sítrónusíróp:
- 2 bollar sykur
- 3 ræmur sítrónubörkur
- Safi úr ½ sítrónu

SÆTAR FRÍTUR:
- 1 bolli útblásturspressuð maísolía, auk auka til að steikja
- 2¼ bollar óbleikt, alhliða hveiti
- 1 matskeið sykur
- ½ tsk salt
- 2 eggjarauður
- 1 tsk vanilluþykkni

LEIÐBEININGAR:

a) Búðu til sírópið með því að blanda saman sykri, sítrónuberki, sítrónusafa og ¾ bolla af vatni í meðalstórum potti. Hrærið hægt, látið suðuna koma upp við meðalhita. Þegar blandan er komin að suðu og sykur er uppleystur skaltu hætta að hræra og draga úr hita í lágmark. Látið malla í 10 mínútur og takið síðan af hitanum og látið kólna. Fargið sítrónuberki og setjið til hliðar. [Þetta er hægt að gera með allt að 1 mánaða fyrirvara; hylja og geyma í kæli.]

b) Hitið 2 bolla af vatni og olíu að suðu við háan hita. Lækkið hitann í lágan og hrærið hveiti, sykri og salti varlega saman við. Haltu áfram að hræra þar til innihaldsefnin hafa blandast saman og byrjar að mynda deig sem togar frá hliðum pönnunnar. Setjið til hliðar til að kólna.

c) Þegar deigið hefur náð stofuhita, hrærið eggjarauðunum saman við, einni í einu, og vanillu.

d) Setjið deigið með skeið í sætabrauðspoka með stórri stjörnufestingu. Þrýstu deiginu niður í átt að botninum og snúðu efst á pokanum þannig að það haldist þétt.

e) Hellið sírópinu í stóra grunna skál og setjið nálægt steikingarsvæðinu. Settu götótt vírskeið, spaða, aðra stóra skál með sigti yfir og hníf nálægt steikingarsvæðinu ásamt fylltum sætabrauðspoka. Hitið 2 tommu af maísolíu í stórri breiðri pönnu yfir miðlungs háum hita.

f) Haltu sætabrauðspokanum alveg hornrétt fyrir ofan heita olíu með annarri hendi, kreistu 3 tommu stokk úr pokanum og renndu fljótt hníf eða spaða yfir oddinn á pokanum til að losa hann í heitu olíuna. Vinna hratt, haltu áfram að bæta við sætabrauðsstokkum þar til þú hefur um það bil 10 jafnstóra stokka í olíunni í einu. Snúðu stokkum varlega með rifu vírskeiðinni til að tryggja jafna brúna og eldaðu þar til þeir eru dökkgylltir. [Þetta ætti að taka 2 til 4 mínútur, ef það tekur lengri tíma skaltu hækka hitann aðeins; ef þær steikjast of hratt, lækkið hitann aðeins.] Lyftið stokkum upp úr olíunni með rifuskeiðinni og hristið umfram olíu varlega af. Slepptu þeim í sírópið og með annarri skeið og snúðu þeim þannig að þeir hjúpuðu jafnt.

g) Settu þær í sigti til að renna af. Endurtaktu ferlið, vinnið í lotum, þar til allt deigið er notað.

h) Berið fram heitt.

21. Blandaður hnetadiskur [Tabaa M'kassarat]

HRÁEFNI:
- ¼ pund pistasíuhnetur
- ¼ pund valhnetur
- ¼ pund ristaðar saltaðar möndlur
- ¼ pund saltaðar hnetur
- ¼ pund saltað graskersfræ

LEIÐBEININGAR:
a) Setjið pistasíuhnetur, valhnetur, möndlur, jarðhnetur og graskersfræ í einstaka hauga á borðplötu.

22.Fava Bean Puree [Fuul Medammes]

HRÁEFNI:
- 2 tsk extra virgin ólífuolía
- 1 [15 aura] dós soðnar fava baunir [fuul medammes] með safa
- 1 tsk malað kúmen
- ⅛ teskeið salt
- Nýmalaður svartur pipar
- Safi úr 1 sítrónu
- Pítubrauð, til framreiðslu

LEIÐBEININGAR:
a) Hitið 1 tsk ólífuolíu á meðalstórri pönnu við miðlungs lágan hita.
b) Bætið baunum og safa úr dós, kúmeni, salti og smá pipar út í og hrærið vel saman.
c) Eldið í 5 mínútur eða þar til mestur vökvinn hefur frásogast.
d) Lækkið hitann í lágan og stappið baunirnar örlítið með gaffli eða kartöflustöppu og hrærið sítrónusafa út í.
e) Skeið fava blöndunni á borðplötu. Búðu til gat í miðjuna og dældu 1 tsk ólífuolíu í hana. Berið fram með pítubrauði.

23. Phyllo þríhyrningar fylltir með lambakjöti [Sambusak bil Lahma Dani]

HRÁEFNI:
- ½ pund lambakjöt, skolað og látið renna vel af
- 1 lítill gulur laukur, rifinn
- ½ tsk malað kúmen
- ½ tsk malaður kanill
- ½ tsk malaður múskat
- ½ tsk paprika
- Salt eftir smekk
- Nýmalaður svartur pipar eftir smekk
- 9 phyllo sætabrauð blöð [18x14-tommu], þíða samkvæmt leiðbeiningum á pakka
- ⅓ bolli hreinsað smjör [ghee]

LEIÐBEININGAR:
a) Búið til lambakjötsfyllingu: Hitið stóra pönnu yfir meðalhita. Bætið lambakjöti, lauk, kúmeni, kanil, múskati og papriku saman við. Eldið blönduna, hrærið af og til, þar til kjötið er brúnt. Kryddið með salti og pipar eftir smekk, hrærið vel til að blanda saman. Látið blönduna kólna niður í stofuhita. [Hægt er að gera fyllinguna með dags fyrirvara og geyma í kæli.]
b) Forhitið ofninn í 350 gráður F. Klæðið 2 bökunarplötur með smjörpappír eða sílikonfóðri.
c) Opnaðu phyllo blöðin og dreifðu þeim út á vinnuborð með langhlið sem snýr að þér. Leggðu þrjú blöð ofan á hvort annað, penslaðu það efsta með skýru smjöri til að hylja. Skerið 5 jafna ræmur [frá toppi og niður] niður eftir lengd rétthyrningsins. Setjið eina teskeið af lambakjötsblöndu efst á hverja ræmu. Brjótið phyllóið yfir fyllinguna á ská. Haltu áfram að brjóta saman phylloið með fánabrotnum hætti í þríhyrning. Haltu áfram með afganginn af phyllo og fyllingu.
d) Settu þríhyrninga á tilbúnar bökunarplötur. Pensliðu skýrt smjör yfir toppa hvers þríhyrnings. Bakið í 20 til 25 mínútur eða þar til gullið. Berið fram heitt eða við stofuhita.

24. Bragðmikið Phyllo sætabrauð með kjöti [Gúlasj bi Lahma]

HRÁEFNI:
- 1 matskeið ósaltað smjör
- 1 lítill gulur laukur, skorinn í teninga
- 1 pund nautahakk
- ¼ tsk malaður múskat
- ½ tsk malað kúmen
- ¼ tsk malaður kanill
- ¼ tsk paprika
- Salt eftir smekk
- Nýmalaður svartur pipar eftir smekk
- 1 pakki filódeig, þiðnað við stofuhita í 2 klst
- 1 bolli hreinsað smjör [ghee]

LEIÐBEININGAR:
a) Hitið smjör á stórri pönnu við meðalhita. Bætið lauknum út í og steikið þar til hann er hálfgagnsær, um það bil 5 til 7 mínútur. Bætið nautakjöti út í, hrærið múskat, kúmeni, kanil og papriku út í og brúnið vandlega. Kryddið kjötið með salti og
b) pipar eftir smekk. Takið af hitanum og setjið til hliðar til að kólna. [Þetta er hægt að gera með dags fyrirvara.]
c) Forhitaðu ofninn í 350 gráður F. Opnaðu kassann af phyllo deigi. Með beittum hníf, snyrtu phyllo blöð til að passa í 13x9x2 tommu bökunarpönnu.
d) Setjið 1 phylloplötu yfir botninn á bökunarforminu og penslið með skýru smjöri. Haltu áfram að stafla phyllo deigi, smyrja hverja plötu, þar til þú hefur notað ½ af blöðunum. Setjið brúnaða kjötblöndu ofan á phylloið og dreifið í jafnt lag og skilið eftir ½ tommu brún í kringum brúnirnar.
e) Hyljið með annarri phyllo lak, penslið með smjöri og haltu áfram að stafla og smyrja þar til allar phyllo plöturnar eru uppnar. Skerið phyllóið í 24 ferninga [4 þvert og 6 eftir endilöngu] með beittum, rifnum hníf.
f) Sett í ofn og bakað í um það bil 45 mínútur eða þar til gullið.

25. Eggaldinsmauk [Baba Ghanoug]

HRÁEFNI:

- 2 eggaldin [hver 8 til 9 tommur langur]
- 2 matskeiðar tahini
- Salt eftir smekk
- Safi úr 1 sítrónu
- Extra virgin ólífuolía, eftir þörfum
- Skraut af sumac til skrauts

LEIÐBEININGAR:

a) Forhitaðu kál. Stingið eggaldin með gaffli og setjið á bökunarplötu. Steikið í 15 til 20 mínútur, snúið einu sinni, þar til eggaldin eru blöðruð og hrynja saman. Látið kólna. Afhýðið og fjarlægið holdið og setjið í sigti til að tæma það. Þrýstið niður með gaffli þar til allur vökvi er fjarlægður. Setjið eggaldinið í meðalstóra skál og stappið niður með gaffli til að skera það í hæfilega bita, eða púlsið eggaldinið nokkrum sinnum í matvinnsluvél - passaðu að vinna eggaldinið ekki of mikið þar sem það á ekki að vera alveg slétt.

b) Hrærið tahini, salti og sítrónusafa út í eggaldinið með gaffli. Bætið ólífuolíu út í, matskeið fyrir matskeið, þar til áferðin líkist stökkri hnetu

c) smjör. Magn ólífuolíu sem þarf fer eftir vatnsinnihaldi og stærð eggaldinanna sem notuð eru.

d) Setjið eggaldinsmaukið í haug á framreiðsludisk. Búið til lítinn brunn í miðjunni og fyllið með ólífuolíu. Stráið sumac yfir. Berið fram við stofuhita ásamt pítubrauði eða crudités.

26.Döðlur með apríkósum og rúsínum [Khoshaf]

HRÁEFNI:
- 1 pund stífar þurrkaðar döðlur, grýttar
- ½ pund rúsínur
- ½ pund þurrkaðar apríkósur, skornar í litla bita
- ¼ bolli sykur
- 1 tsk appelsínublómavatn
- 1 tsk rósavatn

LEIÐBEININGAR:
a) Setjið döðlur, rúsínur og apríkósur í stóra skál. Hellið 4 bollum af sjóðandi vatni ofan á þær. Hrærið sykri, appelsínublómavatni og rósavatni út í.
b) Látið standa þar til vatnið nær stofuhita og ávextirnir verða mjúkir.
c) Berið fram í litlum ramekinum eða krúsum með skeið.

27. Lúpínubaunir [Termis]

HRÁEFNI:
- 1 [16-únsu] krukka Tilbúnar lúpínubaunir

LEIÐBEININGAR:
a) Leggið lúpínubaunir í bleyti í köldu vatni í einn dag og tæmdu síðan.
b) Til að borða lúpínubaunir skaltu halda þeim í hendinni og kreista baunina í gegnum skelina. Borðaðu baunina og fargaðu skelinni.

28. Phyllo þríhyrningur með osti [Sambousik bil Gebna]

HRÁEFNI:

- 1 bolli gæða fetaostur, mulinn niður og þeyttur þannig að hann verði mjúkur
- 1 meðalstór laukur, rifinn
- Nýmalaður pipar
- Salt eftir smekk
- 9 phyllo sætabrauð blöð [18x14 tommu], þíða
- ⅓ bolli hreinsað smjör [ghee]
- Dapur af papriku

LEIÐBEININGAR:

a) Forhitið ofninn í 350 gráður F. Klæðið 2 bökunarplötur með smjörpappír eða sílikonfóðri.
b) Búðu til fyllingu með því að blanda saman fetaosti og lauk í meðalstórri skál. Kryddið með nokkrum skvettum af pipar. Hrærið vel og smakkið til. Vegna saltinnihaldsins í ostinum getur verið að blandan þurfi alls ekki salt. Ef svo er skaltu bæta við salti eftir smekk og setja til hliðar.
c) Opnaðu phyllo blöðin og dreifðu þeim út á vinnuborð í rétthyrndum stöðu. Leggðu þrjú blöð ofan á hvort annað, penslaðu það efsta með skýru smjöri til að hylja. Skerið 5 jafna ræmur [frá toppi og niður] niður eftir lengd rétthyrningsins.
d) Settu eina teskeið af ostablöndu efst á hverja ræmu. Brjótið phyllóið yfir fyllinguna á ská og haltu áfram að brjóta phyllóið saman í fánabrotna [eða pappírsfótboltagerð] hátt í þríhyrning. Haltu áfram með afganginn af phyllo og fyllingu. Penslið skýrt smjör yfir toppa hvers þríhyrnings.
e) Stráið papriku yfir og bakið í 20 til 25 mínútur eða þar til gullið. Berið fram heitt eða við stofuhita.

29. Fjölbreyttur ferskur ávaxtadiskur [Tabaa Fakha Tazig]

HRÁEFNI:
- 4 mandarínur, afhýddar
- 6 stór jarðarber
- 2 Gala epli, kjarnhreinsuð og skorin í ¼ tommu báta
- 2 gyllt epli, kjarnhreinsuð og skorin í ¼ tommu báta

LEIÐBEININGAR:
a) Setjið dúk á hringlaga framreiðsludisk. Raðið heilu mandarínunum í formi kross á miðju plötunnar.
b) Settu jarðarber ofan á miðju hverrar mandarínu og eitt á hliðina á tveimur mandarínum sem eru hægra og vinstra megin.
c) gala eplasneiðarnar vinstra megin á disknum á milli jarðarberja og mandarínu efst og neðst.
d) Raðið gylltu eplasneiðunum hægra megin á plötunni á milli jarðarberja og mandarínu ofan og botn.

30. Kjúklingapítubrauðssamlokur [Shwarma bil Firakh]

HRÁEFNI:
- 2 pund húðlaus, beinlaus brjóst, skorin í langa ½ tommu breiða bita
- 1 tsk salt
- 1 tsk nýmalaður svartur pipar
- Dapur af chilidufti
- ¼ tsk malaður múskat
- 1 tsk malað pipar
- 1 tsk malað kúmen
- Safi og rifinn börkur af 1 sítrónu
- ⅛ bolli hvítt edik
- ¼ bolli maísolía
- 5 hvítlauksgeirar, saxaðir
- 2 meðalstórir laukar, saxaðir

TIL AFREISNUNAR
- 6 stykki venjuleg pítubrauð
- Egypsk heit sósa, ef vill
- Tahini sósa
- Úrvals súrum gúrkum eða niðursoðnum sítrónum

LEIÐBEININGAR:

a) Blandið kjúklingasneiðum, salti, pipar, chilidufti, múskati, kryddjurtum, kúmeni, sítrónusafa og -berki, hvítu ediki, maísolíu, hvítlauksrifum og lauk saman í stóra grunna skál eða fat. Hrærið til að blanda vel og hjúpið kjúklinginn. Hyljið með álpappír og setjið í ísskáp í 24 klst.

b) Eftir að kjúklingur hefur marinerað í 24 klukkustundir, hitaðu ofninn í 425 gráður F. Fjarlægðu kjúklinginn úr ísskápnum og tæmdu hann vel. Dreifið kjúklingnum í einu lagi á ofnplötu. Bakið í neðri hluta ofnsins í 25 mínútur, snúið einu sinni. Smakkaðu kjúklinginn og stilltu krydd ef þarf.

c) Skerið pítubrauð í tvennt. Setjið á bökunarplötu og hitið í ofni í um 1 til 2 mínútur. Takið úr ofninum og toppið með kjúklingakjöti.

d) Berið fram á fati með litlum skálum af egypskri heitri sósu, tahinisósu og súrum gúrkum.

31. Brenndur fiskur með kryddjurtum og tómötum
[Samak Fee al Forn bi Tomatum]

HRÁEFNI:

- 2 tsk þurrkað kóríander
- 4 hvítlauksgeirar, saxaðir
- Safi úr 1 sítrónu
- 2 tsk malað kúmen
- 1 heill [2 til 3 pund] sjóbirtingur eða rauður mulletur, hreistur og hreinsaður
- 2 matskeiðar ólífuolía
- 6 þroskaðir tómatar, skornir í sneiðar
- 1 gulur laukur, þunnt sneið
- 1 sítróna, þunnar sneiðar
- 1 msk söxuð fersk steinselja
- 1 matskeið saxað ferskt kóríander
- 1 matskeið söxuð fersk mynta
- Salt
- Nýmalaður svartur pipar

LEIÐBEININGAR:

a) Forhitaðu ofninn í 425 gráður F. Blandaðu saman kóríander, hvítlauksrifum, sítrónusafa og kúmeni í lítilli skál.
b) Búðu til 4 skástrik á báðum hliðum fisksins. Dreifið hvítlauksblöndunni í holuna og í rifurnar á fiskinum.
c) Smyrjið eldfast mót með ólífuolíu. Setjið fisk í fatið og hvolfið olíunni yfir. Dreifið tómötum og lauk um hliðar fisksins.
d) Setjið sítrónusneiðar, steinselju, kóríander og myntu inn í fiskholið. Kryddið fiskinn með salti og nýmöluðum pipar.
e) Bakið í 30 mínútur, eða þar til fiskurinn er ógagnsær og eldaður í gegn; fiskurinn er vel soðinn þegar hann flagnar auðveldlega.
f) Berið fram heitt með sítrónusneiðum.

AÐALRÉTTUR

32. Kalkúnn fylltur með hrísgrjónum og kjöti [Deeq Rumi Meshi Ma Roz wa Lahma]

HRÁEFNI:
- 3 matskeiðar útblásturspressuð maísolía
- ⅛ bolli sneiddar möndlur
- ⅛ bolli rúsínur
- ¼ pund nautahakk eða lambakjöt
- 1 lítill laukur, skorinn í teninga
- 2 bollar egypsk eða önnur stuttkornin hrísgrjón
- 1 tsk salt
- ½ tsk nýmalaður pipar
- 1 tsk malað kúmen
- 1 tsk malað kóríander
- ½ tsk malaður kanill
- 1 gulrót, gróft skorin
- 1 blaðlaukur, gróft saxaður
- 1 sellerístilkur, gróft saxaður
- 1 heill kalkúnn [10 til 12 pund], hreinsaður og skolaður vel, innmatur frátekinn til annarra nota
- 1 bolli tómatmauk

LEIÐBEININGAR:
a) Forhitaðu ofninn í 375 gráður F.
b) Hitið 1 msk maísolíu í stórum potti yfir meðalhita. Bætið við möndlum og rúsínum og steikið í 1 mínútu eða þar til möndlurnar eru orðnar gylltar og rúsínurnar búnar upp. Takið út með sleif og setjið til hliðar.
c) Bætið kjöti og lauk í sama pott og eldið þar til kjötið er brúnt. Hrærið í hrísgrjónum, steikið í 1 mínútu eða þar til þau eru ógagnsæ. Bætið 3½ bollum af vatni út í, hrærið og hækkið hitann.
d) Um leið og blandan byrjar að sjóða, lækkið hitann í lágan og kryddið með salti og nýmöluðum pipar. Lokið og látið malla í um það bil 15 mínútur eða þar til allt vatnið hefur frásogast.
e) Hellið hrísgrjónablöndunni í stóra skál og hrærið möndlum, rúsínum, kúmeni, kóríander og kanil saman við.
f) Smyrjið 9 x 13 tommu bökunarpönnu eða steikarpönnu með loki með 2 msk maísolíu sem eftir eru. Setjið gulrót, blaðlauk og selleríbita í botninn á pönnunni.

g) Setjið kalkúnabringuna upp á pönnu og snúið við til að hjúpa með olíu. Setjið hrísgrjónablönduna í holrúmið og festið fæturna með sláturgarni. Hellið tómatpúrru yfir kalkún.
h) Kryddið með salti og nýmöluðum pipar.
i) Hyljið með álpappír eða loki og bakið í 3½ til 4 klukkustundir eða þar til kalkúnn er tilbúinn, þeytið kalkúninn á 30 mínútna fresti.

33. Brennt lambalæri með kartöflum [Fakhda Mashwiya bil Batatas]

HRÁEFNI:
- 1 [5 punda] lambalæri
- 1 hvítlaukshaus, afhýddur og skorinn í sneiðar
- Salt eftir smekk
- 3 matskeiðar þurrkuð mynta
- Nýmalaður svartur pipar eftir smekk
- 2 bollar kjúklingakraftur eða vatn
- 8 miðlungs Yukon Gold kartöflur, skrældar og skornar í fjórar
- Safi úr 1 sítrónu
- 2 stórir gulir laukar, skornir í hringa
- 3 matskeiðar útblásturspressuð maísolía
- 2 stórir tómatar, saxaðir eða
- ½ bolli saxaðir niðursoðnir tómatar
- 2 kanilstangir

LEIÐBEININGAR:

a) Forhitaðu ofninn í 350 gráður F.

b) Gerðu 1 tommu raufar á ýmsum stöðum á lambalærinu með pörunarhníf. Stingið hvítlauksstrimlum í rifurnar á lambinu. Nuddaðu smá salti, myntu og smá pipar í lambalærið. Setjið lambið í stóra steikarpönnu. Hellið 1 bolla af kjúklingakraftinum eða vatni á pönnuna. Bakið í 1 klukkustund, afhjúpað, bastið á 20 mínútna fresti.

c) Bætið kartöflum á pönnuna. Hellið sítrónusafa yfir kartöflurnar og lambið og kryddið með salti og pipar. Setjið laukhringa yfir lambið. Dreypið maísolíu yfir laukinn og kartöflurnar. Dreifið tómötunum um hliðarnar á pönnunni. Bætið kanilstöngum og eftir 1 bolla af soði á pönnuna. Settu aftur í ofninn og bakaðu, án loks, í 2 klukkustundir til viðbótar, bastaðu á 20 mínútna fresti, þar til lambið er að detta af beinum og kartöflurnar eru meyrar.

d) Takið úr ofninum og hyljið pönnuna með loki eða álpappír. Leyfið lambakjöti að standa við stofuhita í 10 mínútur áður en það er skorið út. Skeið tómötum og kartöflum í skál. Fjarlægðu og fargaðu kanilstöngunum. Setjið lambakjötið á disk og skerið. Berið fram heitt.

34. Full Medames [Fava baunir plokkfiskur]

HRÁEFNI:

- 2 bollar þurrkaðar fava baunir
- 4 bollar vatn
- 3 hvítlauksgeirar, saxaðir
- 1/4 bolli ólífuolía
- Salt eftir smekk
- Valfrjálst skreyting: saxaðir tómatar, laukur og steinselja

LEIÐBEININGAR:

a) Leggið fava baunirnar í bleyti yfir nótt í vatni.
b) Eldið baunirnar í potti með vatni þar til þær eru meyrar.
c) Á sérstakri pönnu, steikið hakkað hvítlauk í ólífuolíu þar til hann er gullinn.
d) Bætið soðnu baununum á pönnuna, stappið aðeins og kryddið með salti.
e) Berið fram heitt, skreytt með tómötum, lauk og steinselju.

35. Koshari [Egyptískur linsubaunir og hrísgrjónaréttur]

HRÁEFNI:
- 1 bolli brúnar linsubaunir
- 1 bolli hrísgrjón
- 1 bolli lítið pasta [makkarónur eða vermicelli]
- 1 dós [14 oz] kjúklingabaunir, tæmd
- 1 stór laukur, þunnt sneið
- 3 hvítlauksgeirar, saxaðir
- 2 matskeiðar jurtaolía
- 1 tsk malað kúmen
- 1 tsk malað kóríander
- Salt og pipar eftir smekk
- Tómatsósa til framreiðslu

LEIÐBEININGAR:
a) Sjóðið linsubaunir og hrísgrjón sérstaklega samkvæmt leiðbeiningum á pakka.
b) Sjóðið pasta þar til það er al dente, hellið síðan af.
c) Steikið laukinn á pönnu þar til hann er gullinbrúnn, bætið við hvítlauk, kúmeni, kóríander, salti og pipar.
d) Leggðu linsubaunir, hrísgrjón, pasta og kjúklingabaunir í lag. Toppið með laukblöndunni og berið fram með tómatsósu.

36. Kálfakjöt, hrísgrjón og ristað brauðpott [Fattah bil Bitello]

HRÁEFNI:
- 2 punda beinlausir kálfakjötsöxlar
- 1 stór laukur
- 1 tsk salt
- ½ tsk nýmalaður svartur pipar
- ½ tsk malaður kanill
- ½ tsk malaður múskat
- ½ tsk paprika
- 2 pítubrauð, skorin í 1 tommu ferninga
- ¼ bolli hreinsað smjör [ghee]
- ¼ bolli eimað hvítt edik
- 13 hvítlauksrif, afhýdd og söxuð
- 1 tsk þurrkað kóríander
- 2 bollar tilbúin egypsk hrísgrjón
- 4 matskeiðar fínt söxuð fersk steinselja
- Heit sósa, til framreiðslu

LEIÐBEININGAR:
a) Setjið kálfakjötsteninga, lauk, salt, pipar, kanil, múskat og papriku í stóran pott. Lokið með vatni og látið suðuna koma upp við háan hita. Lækkið hitann í miðlungs-lágan, lokið á og látið malla þar til kálfakjötið er meyrt. Smakkið til og stillið saltið ef þarf.
b) Forhitaðu kál. Setjið pítubrauðsstykki á bökunarplötu og penslið létt með skýru smjöri á báðum hliðum. Settu undir grillið, snúðu einu sinni, þar til ristað á báðum hliðum. Setja til hliðar.
c) Hitið edik yfir miðlungshita í litlum potti. Bætið hvítlauk og kóríander út í og eldið þar til vökvinn er helmingur af upprunalegu magni.
d) Hrærið brauðstykki í egypsk hrísgrjón og skeiðið blöndunni á botninn á diski, skilið eftir 2 tommu brún um hliðar fatsins.
e) Raðið kálfabitunum í kringum hrísgrjónakantinn. Dreypið ediki-hvítlaukssósu yfir hrísgrjónin og kálfasoði yfir kálfabitana.
f) Dreifið steinselju ofan á fatið.
g) Berið fram heitt.

37. Grillaðar ferskar sardínur [Sardine Mali]

HRÁEFNI:
- 1 matskeið extra virgin ólífuolía
- 3 pund ferskar sardínur, hreinsaðar og slægðar
- 1 búnt ferskt rósmarín
- Salt
- Nýmalaður svartur pipar
- 2 sítrónur, skornar í fernt

LEIÐBEININGAR:
a) Hitið grill eða grillpönnu við meðalháan hita. Ef þú notar grillpönnu skaltu pensla með ólífuolíu.
b) Fylltu hverja sardínu með kvisti af fersku rósmaríni og kryddaðu með salti og pipar eftir smekk.
c) Setjið á grillið og eldið í 3 til 5 mínútur á hvorri hlið þar til það er létt gullið og eldað í gegn.
d) Setjið á fat og skreytið með restinni af rósmaríngreinum og sítrónufjórðungum.

38. Makkarónur með kjöti og bechamelsósu [Macarona Bechamel]

HRÁEFNI:
BÉCHAMEL SÓSA:
- 4 matskeiðar smjör
- 4 matskeiðar alhliða hveiti
- 2 bollar heit nýmjólk
- 2 bollar heitur kjúklingur eða grænmetiskraftur
- Salt
- Nýmalaður svartur pipar
- 1 egg

KJÖTFYLLING:
- 2 matskeiðar ósaltað smjör
- 2 pund nautahakk
- 1 laukur, rifinn
- 1 tsk nautakrydd eða ½ tsk malað kórían og ½ tsk malað kúmen
- ¼ bolli tómatmauk Salt
- Nýmalaður svartur pipar
- 1 pund rigatoni eða penne
- ½ bolli rifinn pecorino Romano ostur [eða egypskur gebna rumi], fyrir álegg

LEIÐBEININGAR:
a) Til að búa til béchamel sósu: Bræðið smjör í meðalstórum potti við meðalhita. Bætið hveiti út í og þeytið vel til að blandast saman við. Hrærið hægt og rólega mjólkinni og soðinu út í ½ bolla í einu, þeytið eftir hverja viðbót. Hækkið hitann í meðalháan, sjóðið varlega í tvær mínútur, lækkið hitann í lágan og látið malla á meðan hrært er hægt með tréskeið þar til sósan er komin niður í hálft upphaflegt rúmmál. Takið af hitanum og látið kólna aðeins. Smakkið til og bætið við salti og pipar eftir smekk eftir þörfum. Þeytið egg í lítilli skál og bætið við 2 matskeiðum af bechamelsósu, einni í einu og þeytið vel eftir hverja viðbót. Bætið eggjablöndunni hægt út í bechamelsósuna og þeytið vel. Setjið sósu til hliðar þar til þarf.

b) Til að gera kjötfyllinguna: Hitið smjör á stórri pönnu við meðalhita. Bætið nautakjöti, lauk og nautakjöti við og eldið þar til nautakjöt er brúnt, um það bil 5 mínútur. Bætið við tómatpúrru, salti og nýmöluðum pipar eftir smekk. Lækkið hitann í lágan og eldið, án loks, þar til tómatmaukið hefur verið frásogast af kjötblöndunni. Takið pönnuna af hitanum, smakkið til og stillið af salti og pipar ef þarf.

c) Til að setja saman og baka makkarónurnar: Hitið ofninn í 350 gráður F. Sjóðið pasta samkvæmt leiðbeiningum á pakka. Hættu að elda 1 til 2 mínútum fyrr [pasta mun halda áfram að elda í ofninum] og tæmdu. Dreifðu um það bil ¼ bolla af bechamelsósu yfir botninn á 9x13x2 tommu pönnu. Geymið 1 bolla af bechamelsósu fyrir toppinn á pottinum. Blandið afganginum af bechamelsósu saman við pasta. Smakkið til og stillið saltið ef þarf.

d) Hellið helmingnum af pastablöndunni í bökunarformið og sléttið ofan úr. Dreifið kjötfyllingunni jafnt yfir pasta. Dreifið restinni af pastablöndunni yfir kjötfyllinguna. Sléttið toppinn og hellið frátekinni béchamelsósu jafnt yfir pastað.

e) Stráið rifnum pecorino Romano osti jafnt yfir allan réttinn.

f) Bakið pottinn í um það bil 45 mínútur eða þar til toppurinn er gullinbrúnn.

39. Kjúklinga- og spínatmatzo baka með egypskri heitri sósu [Mayeena]

HRÁEFNI:
- 2 pund kjúklingalæri
- 7 matskeiðar útblásturspressuð maísolía
- 2 gulir laukar, sneiddir
- 10 hvítlauksgeirar, saxaðir
- 2 pund frosið spínat, þiðnað og tæmt
- Salt eftir smekk
- Nýmalaður svartur pipar
- 1 tsk malað pipar
- 1 tsk malað kóríander
- 1 tsk malaður kanill
- ½ bolli saxuð steinselja
- ½ bolli saxað kóríander
- 5 egg, létt þeytt
- 1 bolli kjúklingakraftur [gefinn frá því að elda kjúklinginn]
- 6½ lífræn, heilhveiti matzo blöð
- 2 bollar tómatmauk
- 1 tsk malað kúmen
- ¼ tsk chili duft
- 1 matskeið eimað hvítt edik

LEIÐBEININGAR:

a) Setjið kjúklingalæri í meðalstóran pott og hyljið með vatni. Látið suðuna koma upp við miðlungs-háan hita og lækkið síðan hitann niður í miðlungs-lágan. Fjarlægðu hrúgu ofan af pottinum og látið malla án loksins í 30 mínútur, eða þar til kjúklingurinn er eldaður í gegn. Tæmdu og geymdu 1 bolla af seyði.

b) Forhitið ofninn í 375 gráður F. Þegar kjúklingurinn er nógu kaldur til að meðhöndla hann, fjarlægðu kjötið af beinum og rífðu það í hæfilega stóra bita.

c) Hitið 2 msk maísolíu á stórri pönnu við miðlungshita. Bætið helmingnum af lauknum út í og steikið þar til hann er mjúkur og hálfgagnsær. Hrærið helmingnum af hvítlauknum saman við og eldið án loks í 1 mínútu.

d) Bætið spínati við pönnuna; elda 1 mínútu, afhjúpað. Hrærið kjúklingakjötinu út í blönduna; elda aðra mínútu. Bragðbætið með salti og pipar, kryddi, kóríander og kanil. Lækkið hitann í lágan og eldið í 1 mínútu. Hrærið steinselju og kóríander saman við.

e) Hellið þeyttum eggjunum varlega í pönnuna, hrærið kröftuglega, svo að eggin hrynji ekki. Eldið í 2 mínútur, hrærið stöðugt í og takið síðan af hellunni.

f) Olía 9 x 13 tommu bökunarpönnu með 1 matskeið maísolíu. Hellið kjúklingakraftinum í stóra grunna pönnu eða skál. Dýfðu matzo lak í soðið þannig að það sé mettað og mýkt, en samt ósnortið, og leggðu síðan í botninn á olíuborinni pönnunni. Haldið áfram þar til allur botn bökunarformsins er alveg klæddur með matzo. [Þú gætir þurft að brjóta nokkra bita upp til að þeir passi.]

g) Dreifið helmingnum af kjúklingi/spínatiblöndunni jafnt yfir matsólagið. Hellið ¼ bolla af kjúklingakrafti yfir kjúklinga/spínatblönduna. Settu annað lag af blautu matzo ofan á kjúklinga/spínatblönduna. Hellið afganginum af seyði yfir matsóið. Pensliðvarlega 3 matskeiðar af maísolíu ofan á pottinn. Bakið í 30 mínútur eða þar til gullið.

h) Á meðan potturinn er að bakast, gerðu egypsku heitu sósuna: Hitið afganginn af 1 msk maísolíu í meðalstórum potti við miðlungshita. Bætið hinum helmingnum af lauknum út í og steikið þar til hann er mjúkur og gullinn. Bætið hinum helmingnum af hvítlauknum út í og steikið þar til hann fer að taka lit. Bætið tómatpúrru út í, hrærið og kryddið með salti og pipar eftir smekk. Bætið við kúmeni og chilidufti og hrærið vel; lokið og látið malla í 20 mínútur. Bætið ediki út í og látið malla, lokið, í 5 mínútur til viðbótar. Smakkið til og stillið af salti og pipar ef þarf. Takið af hitanum og haldið lokuðu þar til borið er fram.

i) Berið sósuna fram heita í skál við hliðina á heitu matzo pottinum.

40. Steiktar sardínur með rucola [Sardeen Fee al Forn bi Gargheer]

HRÁEFNI:
- 5 matskeiðar extra virgin ólífuolía
- 1 pund heilar sardínur, hreinsaðar og skrældar
- 4 hvítlauksrif
- 1 tsk malað kóríander
- 1 tsk malað kúmen
- 1 tsk zataar, 1 þurrkað timjan eða þurrkað oregano
- Klípa af chilidufti
- Safi úr 1 sítrónu eða lime
- Salt
- Nýmalaður svartur pipar
- Rulla

LEIÐBEININGAR:
a) Forhitið ofninn í 425 gráður F.
b) Smyrjið bökunarform með 1 matskeið af ólífuolíu og setjið sardínur á pönnuna. Blandaðu 4 matskeiðar sem eftir eru af ólífuolíu, hvítlauk, kóríander, kúmeni, zataar, timjan eða oregano og chilidufti í blandara eða matvinnsluvél til að mynda dressingu. Hellið dressingu yfir sardínurnar.
c) Bakið sardínur í 20 til 25 mínútur þar til brúnirnar eru gylltar og holdið er ógagnsætt. Kreistið sítrónu- eða limesafa yfir sardínurnar; kryddið með salti og nýmöluðum pipar eftir smekk.
d) Berið fram heitt eða við stofuhita með rucola.

41. Kalfakjöt og kartöflu Tagin [Tagin Bitello wa Batatas]

HRÁEFNI:

- 1 matskeið skýrt smjör [ghee]
- 1 meðalstór gulur laukur, saxaður
- 3 bollar saxaðir tómatar með safa
- 1 pund beinlaus kálfakjötsöxl, skorin í 1 tommu teninga
- 5 hvítlauksrif, skorin í sneiðar
- 3 stórar Yukon Gold kartöflur, skrældar og skornar í þunnar sneiðar
- 1 tsk salt
- ½ tsk nýmalaður svartur pipar
- ⅛ teskeið malaðar þurrkaðar rauðar piparflögur
- ¼ tsk malaður múskat
- ½ tsk malaður kanill
- ¼ tsk paprika
- 2 matskeiðar saxuð fersk steinselja

LEIÐBEININGAR:

a) Hitið ofninn í 300 gráður F. Hitið skýrt smjör yfir miðlungshita í ofnfastum potti, eða venjulegum potti ef þú ætlar að nota leirform. Bætið lauknum út í og steikið þar til hann verður hálfgagnsær.

b) Bætið tómötum, kálfakjöti, hvítlauk og kartöflum saman við. Kryddið með salti, pipar, rauðum piparflögum, múskati, kanil og papriku og hrærið vel.

c) Ef þú notar bökunarform úr leir skaltu setja plokkfisk í fat og setja yfir. Að öðrum kosti setjið lok á pottinn og setjið í ofninn.

d) Bakið í 1 klukkustund og 15 mínútur, eða þar til kjöt og kartöflur eru meyrar og „skorpa" myndast ofan á. Takið úr ofninum, smakkið til og stillið saltið, ef þarf.

e) Skreytið með steinselju og berið fram í eldfast mót.

42. Lambaskankar með kryddblöndu [Kawara Lahma Dani]

HRÁEFNI:
- 2 matskeiðar jurtaolía
- 4 lambalæringar
- Salt
- Nýmalaður svartur pipar
- ½ tsk malaður múskat
- 1 tsk malaður kanill
- 1 tsk paprika
- 1 tsk malað kúmen
- 2 sellerístilkar, skornir í teninga
- 2 gulir laukar, skornir í fjórða
- 2 gulrætur, skrældar og skornar í teninga
- 2 hvítlauksgeirar, saxaðir
- 4 bollar grænmetis-, kjúklinga- eða nautakraftur
- 2 tsk anísfræ
- Safi úr 1 sítrónu eða appelsínu
- Rótargrænmeti [kartöflur, rutabagas osfrv.], saxað [valfrjálst]

LEIÐBEININGAR:
a) Hitið jurtaolíu yfir miðlungshita á stórri grunnri pönnu. Bætið lambalærinu á pönnuna og brúnið á öllum hliðum. Kryddið hvora hlið á lambinu með salti og pipar, múskati, kanil, papriku og kúmeni. Takið lambakjötið af pönnunni og setjið til hliðar.
b) Bætið sellerí, lauk, gulrótum og hvítlauk á pönnuna og hrærið til að blanda vel saman. Steikið þar til grænmetið er hálfgagnsætt.
c) Bætið lambakjöti aftur á pönnuna og hellið soðinu yfir skankana. Hækkið hitann í háan og látið suðuna koma upp. Lækkið hitann í lágan, lokið á og látið malla í 1½ klukkustund.
d) Bætið anísfræjum og sítrónu- eða appelsínusafa á pönnuna. Ef þú notar rótargrænmeti skaltu bæta því við pönnuna á þessum tíma líka. Hrærið, hyljið og haltu áfram að steikja kjötið þar til það er meyrt og dettur af beinum, um það bil 1½ klukkustund í viðbót.
e) Smakkið til og stillið af salti og pipar ef þarf. Til að bera fram skaltu setja lambakjöt á framreiðsludisk með brúnum. Sigtið soðið yfir lambið. Leyfið kjötinu að standa í 10 mínútur áður en það er borið fram.

43. Linsubaunir, hrísgrjón og pasta með sterkri tómatsósu [Koushari]

HRÁEFNI:

- 1 bolli brúnar eða svartar linsubaunir, skolaðar
- 3 matskeiðar útblásturspressuð maísolía
- 2 meðalgulir laukar, 1 í teningum, 1 þunnt sneið
- 6 hvítlauksgeirar, saxaðir
- 2 bollar tómatmauk
- Salt eftir smekk
- Nýmalaður svartur pipar eftir smekk
- 1 tsk malað kúmen
- ¼ tsk chili duft
- 1 matskeið eimað hvítt edik
- 1 bolli egypsk eða önnur stuttkornin hrísgrjón
- ½ bolli olnboga makkarónur eða mini penne pasta
- 1 bolli niðursoðnar kjúklingabaunir, skolaðar og tæmdar vel

LEIÐBEININGAR:

a) Setjið linsubaunir í meðalstóran pott og hyljið með vatni. Látið suðuna koma upp við háan hita og lækkið síðan hitann niður í miðlungs. Látið malla, án loks, þar til það er meyrt, um það bil 20 mínútur. Tæmið og geymið linsubaunir þar til þarf.

b) Hitið 1 msk maísolíu í meðalstórum potti yfir meðalhita. Bætið við hægelduðum lauk og steikið þar til hann er mjúkur og gullinn. Bætið hvítlauk út í og steikið þar til hann fer að taka lit. Bætið tómatpúrru út í, hrærið og kryddið með salti og pipar eftir smekk. Bætið við kúmeni og chilidufti, hrærið vel. Lokið og látið malla í 20 mínútur. Bætið ediki út í og látið malla, lokið í 5 mínútur í viðbót. Smakkið til og stillið af salti og pipar ef þarf. Takið af hitanum og haldið lokuðu þar til borið er fram.

c) Fylltu meðalstóran pott þrjá fjórðu af vatni og láttu suðuna koma upp við háan hita. Bætið egypskum hrísgrjónum út í og lækkið hitann í miðlungs. Eldið þar til hrísgrjónin eru mjúk og skolið síðan af. Setjið hrísgrjónin aftur í pottinn og hyljið til að halda heitu þar til borið er fram.

d) Á meðan skaltu fylla annan meðalstóran pott sem er þrír fjórðu fullur af vatni og sjóða við háan hita. Kryddið með salti og lækkið hitann í miðlungs.

e) Bætið pasta við og eldið þar til það er tilbúið. Tæmið vel, setjið pasta aftur í pott og setjið lok á til að halda heitu þar til það er borið fram.
f) Hitið 2 msk maísolíu sem eftir eru á stórri, breiðri pönnu yfir miðlungshita. Bætið niðursneiddum lauk út í og steikið þar til hann er dökkgulbrúnn. Taktu af
g) hitið og hrærið kjúklingabaunum saman við.
h) Settu Koushari saman með því að skeiða hrísgrjónunum jafnt í botninn á stórri, grunnri framreiðsluskál. Dreifið pasta ofan á hrísgrjón og linsubaunir ofan á pastað. Hellið sósu jafnt yfir hrísgrjón og pasta. Raðið laukum og kjúklingabaunum í mynstur í kringum miðjuna á réttinum. Berið fram heitt.

44. Sirkassískur kjúklingur [Shirkaseya]

HRÁEFNI:
- 3 heilar beinlausar kjúklingabringur
- 5 bollar kjúklingakraftur
- Salt
- Nýmalaður svartur pipar
- 1 gulrót, afhýdd og skorin í tvennt
- 3 sneiðar gamalt brauð, skorið í bita
- 1½ bolli malaðar valhnetur
- 1 hvítlauksgeiri
- ½ bolli nýmjólk

SKRETTIR
- 1 matskeið ólífuolía
- 1 tsk paprika
- 3 valhnetuhelmingar

LEIÐBEININGAR:

a) Setjið kjúklingabringur, 4 bolla af soði, salt, pipar og gulrót í stóran pott. Látið suðuna koma upp við meðalháan hita, án loks. Skerið hrúguna ofan af vökvanum þegar hann myndast. Lækkið hitann í miðlungs-lágan og látið malla, án loks, í 45 mínútur eða þar til kjúklingurinn er eldaður í gegn.

b) Maukið afganginn af 1 bolla af soði, brauði, valhnetum, hvítlauk og mjólk í blandara til að mynda slétt deig. Smakkið til og stillið af salti og pipar eftir smekk. Þegar kjúklingurinn er búinn að elda, hellið af og látið kólna aðeins.

c) Geymið soðið til annarra nota. Þegar hann er orðinn nógu kaldur til að hægt sé að höndla hann, rífðu kjúklinginn í hæfilega bita með fingrunum.

d) Setjið kjúklingabitana á framreiðsludisk og toppið með valhnetumauki.

e) Hellið ólífuolíu í litla skál og blandið papriku út í.

f) Dreypið ofan á kjúklinginn og toppið með valhnetuhelmingum.

45. Egypsk hrísgrjón með blönduðu grænmeti [Roz bil Khodar]

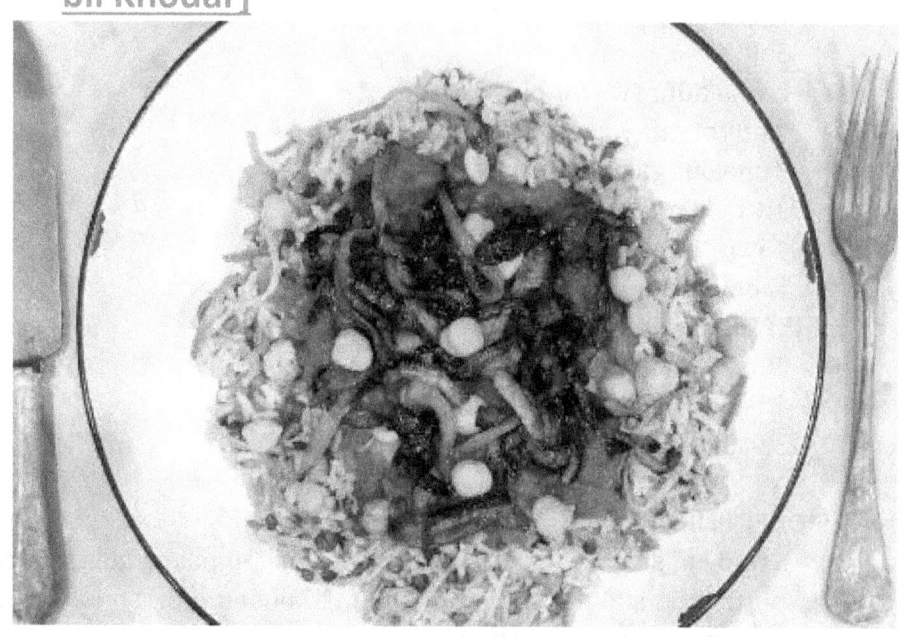

HRÁEFNI:

- 2 grænar paprikur, skornar í teninga
- 2 gulrætur, skornar í teninga
- 2 matskeiðar ólífuolía
- 1 gulur laukur, þunnt sneið
- 2 bollar egypsk eða önnur stuttkornin hrísgrjón
- ¾ bolli saxaðir tómatar
- 3 bollar kjúklinga- eða grænmetiskraftur
- ½ tsk salt
- ¼ tsk nýmalaður svartur pipar

LEIÐBEININGAR:

a) Setjið papriku og gulrætur í meðalstóran pott fylltan þrjá fjórðu hluta af vatni og látið suðuna koma upp. Lækkið hitann og látið malla, án loks, í 10 mínútur. Tæmið og setjið til hliðar.

b) Hitið ólífuolíu í meðalstórum potti yfir meðalhita. Bætið lauksneiðum út í og steikið þar til þær eru ljósgylltar. Takið af pönnunni og bætið við grænmetið.

c) Bætið hrísgrjónunum við olíuna sem laukurinn steikti í. Eldið við miðlungs lágan hita í 3 til 5 mínútur eða þar til hann er hálfgagnsær. Bætið grænmetinu, tómötunum og soðinu saman við. Kryddið með salti og pipar og hrærið til að blandast saman við.

d) Látið suðu koma upp við háan hita. Lækkið hitann í lágan og látið malla, undir loki, í 20 til 25 mínútur, eða þar til allt vatn hefur frásogast. Berið fram heitt.

46. Bedúínalambapottréttur [Tagin Lahma Dani]

HRÁEFNI:
- 1 msk útblásturspressuð maísolía
- 3 gulir laukar, þunnar sneiðar
- 3 pund lambakjöt, skorið í 3 tommu bita
- 1 tsk malaður kanill
- ½ tsk malaður múskat
- ½ tsk malað pipar
- 1 tsk salt eða eftir smekk
- Nýmalaður svartur pipar

LEIÐBEININGAR:
a) Hitið ofninn í 325 gráður F. Hitið olíu í stórum, ofnþéttum potti.
b) Bætið lauknum út í og steikið við meðalhita þar til hann er brúnn, 5 til 7 mínútur. Bætið lambakjöti út í og brúnið á öllum hliðum, um 10 mínútur.
c) Kryddið lambakjötið með kanil, múskati, kryddjurtum, salti og smá pipar. Kasta kjöti til að hjúpa. Hellið nægu vatni yfir lambið svo það nái varla yfir og setjið í ofninn án loksins.
d) Steikið í 2½ klukkustund, snúið á hálftíma fresti. Bætið við meira vatni til að hylja ef enginn vökvi er eftir og steikið í 30 mínútur í viðbót eða þar til lambið er mjúkt.
e) Berið fram heitt.

47.Brenndur marineraður kjúklingur [Firakh Mashwi Fee al Forn]

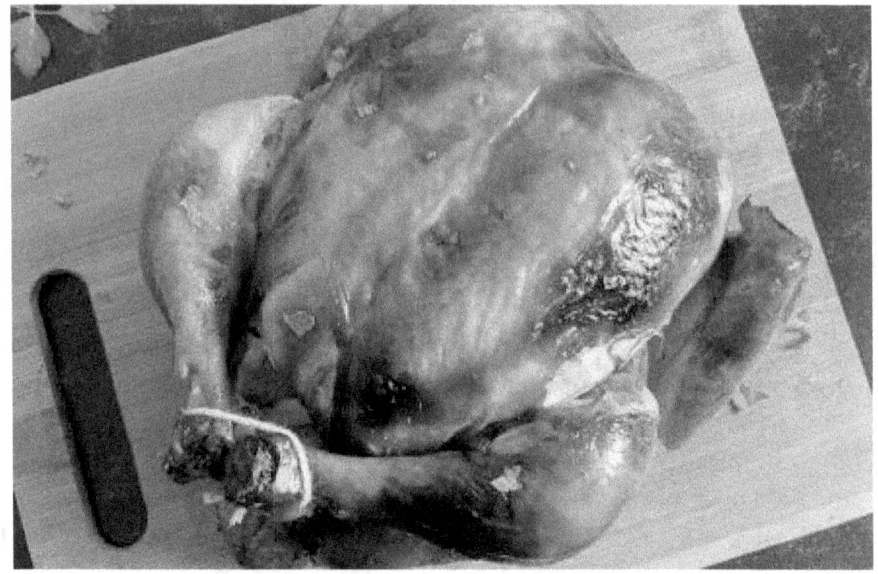

HRÁEFNI:
- ¼ bolli extra virgin ólífuolía
- Safi úr 1 sítrónu
- Safi úr 1 lime
- 1 gulur laukur, skorinn í fjórða
- 4 matskeiðar söxuð fersk mynta
- 1 msk söxuð fersk steinselja
- 1 matskeið saxað ferskt oregano
- 1 matskeið alifuglakrydd
- Salt
- Nýmalaður svartur pipar
- 1 heill kjúklingur [3 til 4 pund], hreinsaður og innmatur fjarlægður

LEIÐBEININGAR:
a) Blandið saman ólífuolíu, sítrónusafa, limesafa, lauk, myntu, steinselju, oregano, alifuglakryddi og smá salti og pipar eftir smekk í stórri skál. Setjið kjúklinginn í skálina og snúið honum við.
b) Settu bita af lauknum inni í holrúminu. Lokið skálinni og marinerið kjúklinginn í kæliskápnum í 12 til 24 klukkustundir.
c) Hitið ofninn í 425 gráður F. Steikið kjúklinginn, þakinn, í 1½ klukkustund eða þar til toppurinn er gullinbrúnn og lærakjötsafi rennur út þegar hann er stunginn með gaffli. Takið úr ofninum. Látið hvíla í 10 mínútur.
d) Berið fram heitt.

48. Steiktur nílarkarfi [Samak Bulti Mali]

HRÁEFNI:
- 4 pund nílarkarfi eða annar ferskur hvítur fiskur [lítill heill hreinsaður fiskur eða úrbeinað flök]
- 2 sítrónur, 1 safi, 1 þunnt sneið
- 8 hvítlauksgeirar, saxaðir
- Nýmalaður svartur pipar, eftir smekk
- 4 matskeiðar útblásturspressuð maísolía
- 1 matskeið malað kúmen
- ½ bolli alhliða hveiti Salt eftir smekk
- 2 matskeiðar ólífuolía
- 1 búnt fersk steinselja, söxuð

LEIÐBEININGAR:
a) Skolið fiskinn og leggið í stóra grunna skál til að marinerast. Í lítilli skál blandið saman sítrónusafa, hvítlauk, smá pipar, 2 matskeiðar af maísolíu og kúmeni.
b) Hellið blöndunni yfir fiskinn, hyljið skálina og látið marinerast í 30 mínútur.
c) Hellið hveiti á disk. Takið fiskinn úr marineringunni og hellið hveitinu út í. Hristið umframmagn af og leggið á stórt fat. Kryddið hvora hlið fisksins með smá salti.
d) Hitið ólífuolíu í stórri, þungri pönnu yfir miðlungshita. Bætið fiskinum á pönnuna og eldið að minnsta kosti 5 mínútum áður en honum er snúið við.
e) Þegar undirhliðin er orðin gullin er snúið við og steikt á hinni hliðinni í 5 mínútur í viðbót, eða þar til fiskurinn er eldaður í gegn. [Heill fiskur mun taka lengri tíma eftir stærð þeirra.]
f) Þegar fiskurinn er eldaður í gegn er hann settur á heitt disk og skreytt með sítrónusneiðum og steinselju.

AUKARÉTTUR

49. Þistilhjörtur með dillsósu [Kharshuf bi Shabbat]

HRÁEFNI:
- 12 ætiþistlar
- Salt eftir smekk
- Safi úr 2 sítrónum
- 3 matskeiðar ólífuolía
- 1 matskeið Dijon sinnep
- ¼ bolli ferskt dill, smátt saxað
- Nýmalaður svartur pipar eftir smekk

LEIÐBEININGAR:
a) Hreinsaðu ætiþistlana með því að bleyta þá í vatni og skipta um vatn þar til það er tært eftir bleyti. Takið ytri blöðin af ætiþistlum.
b) Notaðu eldhússkæri til að klippa toppana af ætiþistlablöðunum sem eftir eru þannig að toppurinn á þistilkokknum verði jafnhár. Fjarlægðu þyrnandi kæfu frá miðjunni. Á þessu stigi ætti ætiþistilinn að líkjast blómi.
c) Setjið ætiþistla í stóran pott, bætið smá salti, hyljið með vatni og látið suðuna koma upp við meðalháan hita. Þegar ætiþistlar byrja að sjóða, lækkið hitann í miðlungs og haltu áfram að sjóða ætiþistla þar til þeir eru mjúkir.
d) Tæmið ætiþistlin og setjið á lítið disk. Setjið sítrónusafa, ólífuolíu, Dijon sinnep og dill í blandara. Blandið saman til að mynda vinaigrette og kryddið með salti og pipar eftir smekk. Hellið dressingu yfir ætiþistla.
e) Berið fram heitt eða við stofuhita.

50.Fyllt vínviðarlauf [Wara' El Aghnib]

HRÁEFNI:

- ½ pund fersk vínviðarlauf eða 1 [8 aura] krukku varðveitt vínviðarlauf, tæmd
- 1 bolli egypsk eða önnur stuttkornin hrísgrjón
- ⅓ bolli ferskt dill, smátt saxað
- ⅓ bolli fersk steinselja, smátt söxuð
- ⅓ bolli fersk myntulauf, smátt skorin
- 1 bolli niðursoðnir niðursoðnir tómatar, tæmdir
- 1 meðalgulur laukur, rifinn
- ¼ bolli útblásturspressuð maísolía
- 1 tsk salt
- ½ tsk nýmalaður svartur pipar
- Dapur af chilidufti
- 1 tsk malað kúmen
- Safi úr 1 sítrónu

LEIÐBEININGAR:

a) Setjið vínviðarlauf í stóra skál. Lokið með sjóðandi vatni og látið standa í 10 mínútur. Tæmdu vínviðarlaufin. Settu laufblöð á vinnuborð með bláæð upp. Skerið umfram stöngulstykkið af botni hvers blaðs.

b) Blandið saman hrísgrjónum, kryddjurtum, ¾ bolla af tómötunum, lauknum, maísolíu, salti, pipar, chilidufti og kúmeni í meðalstórri skál. Setjið 1 matskeið af fyllingu í mitt blað. Mótaðu fyllinguna þannig að hún líkist breidd blýants þvert á breidd blaðsins. Rúllaðu blaðinu lauslega upp, byrjaðu frá botninum. Settu hliðar blaðsins inn þegar þú ferð og búðu til umslag. Forðastu að rúlla blaðinu of þétt, annars rifnar það þegar hrísgrjónin eldast og þenst út að innan. Haltu áfram með blöðin sem eftir eru.

c) Setjið fyllt vínviðarlauf með saumhliðinni niður, við hliðina á hvort öðru í þungum potti. Fylltu laufin ættu að snerta hvert annað og passa inn á pönnuna án nokkurra bila. Endurtaktu annað lag ofan á, ef þörf krefur. Setjið disk á hvolfi ofan á fylltu laufin í pottinum til að koma í veg fyrir að þau hækki. Hellið sjóðandi vatni yfir blöðin þar til þau eru næstum en ekki alveg þakin.

d) Bætið afgangnum af ¼ bolla tómötunum, smá salti og pipar og sítrónusafanum á pönnuna. Lokið pottinum og látið malla við vægan hita þar til hrísgrjónin eru fulleldðuð og blöðin mjúk, um það bil 1 til 1½ klukkustund.
e) Til að prófa hvort fylltu vínviðarlaufin séu tilbúin skaltu brjóta eitt í tvennt og smakka það.
f) Berið fram heitt eða við stofuhita.

51.Egypsk hrísgrjón [Roz]

HRÁEFNI:
- 1 tsk skýrt smjör[ghee]
- 1 bolli egypsk eða önnur stuttkornin hrísgrjón
- 1¾ bollar grænmetis- eða kjúklingakraftur
- ¼ tsk salt, eða eftir smekk

LEIÐBEININGAR:
a) Bræðið skýrt smjör við meðalhita í meðalstórum potti.
b) Bætið helmingnum af hrísgrjónum út í, hrærið einu sinni og haltu áfram að elda í 2 til 3 mínútur, þar til hrísgrjón eru hálfgagnsær. Bætið afganginum af hrísgrjónum, soði og salti út í.
c) Hrærið til að blanda vel saman og látið suðuna koma upp. Lækkið hitann í lágan og hyljið pottinn með þéttu loki.
d) Látið malla í 15 til 20 mínútur eða þar til allur vökvinn hefur frásogast. Látið standa í 5 mínútur áður en borið er fram.

52. Steikt eggaldin með hvítlauksdressingu
[Bittingan Ma'li bil Toum]

HRÁEFNI:

- 3 langar, mjóar japanskar eggaldin
- Salt
- 3 bollar útblásturspressuð maísolía
- 10 hvítlauksgeirar, saxaðir
- ¼ bolli eimað hvítt edik
- 1 matskeið malað kóríander
- 1 matskeið fersk steinselja, söxuð

LEIÐBEININGAR:

a) Skerið toppana af eggaldinunum, skerið í tvennt eftir endilöngu og síðan í tvennt á breiddina. Setjið þær í sigti, stráið salti yfir og látið standa í klukkutíma. Skolið þær af og þurrkið vel.

b) Í stórri pönnu eða djúpsteikingarpotti, hitið olíu yfir meðalháum hita þar til hún nær um það bil 325 gráður F. Setjið eggaldin í olíu og steikið 3 til 5 mínútur á hlið eða þar til þær eru gullnar. Fjarlægðu með sleif og settu á disk sem er klæddur pappírsþurrku til að renna af.

c) Í millitíðinni skaltu setja hvítlauk, hvítt edik og kóríander í lítinn pott yfir miðlungshita. Látið suðuna koma upp og eldið þar til næstum allur vökvinn er gufaður upp.

d) Flyttu eggaldin yfir á framreiðsludisk. Hellið hvítlauksdressingu yfir og stráið ferskri steinselju yfir. Smakkið til og stillið saltið ef þarf.

e) Berið fram strax.

53.Steikt okra og tómatar [Bamya Matbukh]

HRÁEFNI:

- 2 tsk skýrt smjör[ghee] eða útblásturspressuð maísolía
- 1 meðalgulur laukur, smátt saxaður
- 3 bollar ferskt eða frosið okra
- 2 bollar grænmetis-, kjúklinga- eða kjötkraftur
- ½ bolli saxaðir tómatar
- 1 tsk þurrkað villt timjan, zataar,3 eða þurrkað oregano
- Salt
- Nýmalaður svartur pipar

LEIÐBEININGAR:

a) Bræðið skýra smjörið í meðalstórum potti við meðalhita.
b) Bætið lauknum út í, hrærið og steikið þar til hann er hálfgagnsær. Bætið okra saman við og hrærið til að blanda saman. Bætið soðinu út í, tómötum, villtu timjani og salti og pipar eftir smekk.
c) Látið suðuna koma upp við háan hita og lækkið síðan hitann niður í lágan.
d) Hrærið, lokið og látið malla í 20 mínútur eða þar til okran er mjúk.
e) Smakkið til og stillið krydd ef þarf. Berið fram heitt.

SALÖT

54. Sítrusgræn baunasalat [Fasoula bi Limoon]

HRÁEFNI:
- 1 pund grænar baunir, endarnir snyrtir
- 2 matskeiðar ólífuolía
- Safi og rifinn börkur af 1 sítrónu
- 1 matskeið fínt söxuð fersk steinselja
- 1 msk fínt söxuð fersk mynta
- 1 msk fínt saxað ferskt oregano eða timjan
- Salt
- Nýmalaður svartur pipar

LEIÐBEININGAR:

a) Settu grænar baunir með vatni til að hylja í stórum potti yfir miðlungshita. Látið suðuna koma upp, lækkið hitann í lágan og látið malla, án loks, þar til það er mjúkt, um það bil 15 mínútur.

b) Takið af hitanum, hellið af og setjið í stóra skál fulla af ísvatni. Látið standa í 5 mínútur.

c) Setjið ólífuolíu, rifinn sítrónubörk, sítrónusafa, steinselju, myntu, oregano eða timjan og smá salt og pipar eftir smekk í litla skál. Þeytið vel til að blanda saman.

d) Tæmið grænar baunir og blandið með dressingu. Hellið á framreiðsludisk.

55. Kjúklingabauna-, tómatar- og tahinisalat [Salata Hommus bil Tomatum wa Tahina]

HRÁEFNI:
- 2 bollar niðursoðnar kjúklingabaunir, skolaðar og tæmdar
- 1 bolli kirsuberja- eða vínberjatómatar
- ¼ bolli fersk steinselja, smátt söxuð
- Safi úr 1 sítrónu
- 2 matskeiðar tahini
- ¼ tsk salt
- Nýmalaður svartur pipar eftir smekk

LEIÐBEININGAR:
a) Blandið kjúklingabaunum, tómötum og steinselju saman á meðalstórt disk.
b) Hellið sítrónusafa í litla skál, bætið við tahini, salti og pipar og þeytið kröftuglega, bætið við nokkrum matskeiðum af vatni í einu til að mynda slétt,
c) rjómalöguð dressing. Hellið dressingu yfir salatið og blandið vel saman. Berið fram við stofuhita.

56.Hirðasalat [Salata bil Gebnit al Ma'iz]

HRÁEFNI:
- 1 búnt salat, ruccola eða ýmsar kryddjurtir
- 4 aura ferskur geitaostur, mulinn
- ½ bolli rifnar gulrætur
- 2 litlar [um 5 tommur langar] gúrkur eða ½ af 1 stórum gúrku, skornar í teninga
- Handfylli af döðlum, hellt niður og skornar í tvennt
- ½ bolli frosinn maís, þiðnið salt
- Nýmalaður svartur pipar
- 4 tsk extra virgin ólífuolía
- Safi úr 1 sítrónu

LEIÐBEININGAR:
a) Setjið salat, rucola eða margs konar kryddjurtir á stórt borðdisk.
b) Toppið með geitaosti, gulrótum, agúrku, döðlum og maís.
c) Stráið klípu af salti og pipar ofan á salatið.
d) Gerðu dressinguna með því að þeyta ólífuolíu saman við sítrónusafann í lítilli skál.
e) Dreypið salatinu yfir og berið fram.

57. Arugula salat [Salata bil Gargeer]

HRÁEFNI:
- 3 búnt ferskt rúlla
- Safi úr 3 sítrónum
- ¼ bolli extra virgin ólífuolía
- Salt
- Nýmalaður svartur pipar

LEIÐBEININGAR:
a) Þvoið rucola vel með því að setja í stóra skál af vatni og láta það liggja í bleyti í nokkrar mínútur. Tæmið rúlla, skolið skálina með vatni og drekkið aftur.
b) Haltu áfram að tæma og liggja í bleyti þar til vatnið er áfram tært. Þetta gæti tekið meira en 10 aðskildar bleyti vegna þess að rúlla hefur tilhneigingu til að safna sandi og óhreinindum.
c) Þurrkaðu rúllana vel og settu það á matardisk. Í meðalstórri skál, þeytið sítrónusafa og ólífuolíu saman til að fá létta dressingu.
d) Kryddið dressinguna með salti og pipar eftir smekk og hellið yfir rucola.

58. Eggaldinsalat með granatepli melassa [Salata Ruman bil Dabs Ruman]

HRÁEFNI:
- 2 japönsk eggaldin [um það bil 8 tommur að lengd og 2 tommur í þvermál]
- Salt
- 2 stórir, þroskaðir tómatar
- 2 matskeiðar ólífuolía
- 1 lítill gulur laukur, saxaður
- 2 hvítlauksgeirar, saxaðir
- 2 msk fersk myntulauf, smátt skorin
- 2 matskeiðar fersk steinselja, smátt söxuð
- 1 matskeið sykur
- 1 matskeið eimað hvítt edik
- 3 matskeiðar granatepli melass
- Nýmalaður svartur pipar

LEIÐBEININGAR:
a) Skerið toppa og botn af eggaldinunum af, skerið í tvennt eftir endilöngu og setjið í sigti í vaskinum. Stráið þeim salti yfir og látið standa í 1 klst. Skolið saltið af og þurrkið. Skerið eggaldin í teninga og setjið til hliðar.
b) Fylltu pottinn að þremur fjórðu af vatni og láttu suðuna koma upp við háan hita. Bætið tómötunum út í og látið sjóða í 1 til 2 mínútur þar til hýðið klofnar. Tæmdu tómatana og settu í skál með köldu vatni. Þegar það er nógu kaldur til að hægt sé að höndla þær, afhýðið hýðina af tómötunum með höndunum og skerið þá í teninga.
c) Hitið ólífuolíu á stórri pönnu við meðalhita. Bætið við lauk og hvítlauk og steikið þar til laukurinn er orðinn hálfgagnsær. Bætið við eggaldininu, tómötunum, myntu, steinselju, sykri og ediki. Hrærið, lækkið hitann í miðlungs-lágan og látið malla í 20 mínútur. Hrærið granatepli melassa saman við og eldið í tvær mínútur í viðbót, eða þar til eggaldin er mjúkt.
d) Smakkið til og bætið við salti og pipar eftir þörfum.

59.Salat með vínberjum og steiktum fetakúlum
[Salata bil Aghnib wa Gebna Makleyah]

HRÁEFNI:
- 1 höfuð romaine salat
- 1 bolli frælaus rauð vínber
- ¼ bolli extra virgin ólífuolía Safi úr 1 sítrónu
- 1 tsk appelsínublómavatn
- Salt eftir smekk
- Nýmalaður svartur pipar eftir smekk
- 1 bolli fetaostur, vel tæmd og mulinn
- ¼ bolli auk 1 matskeið af alhliða hveiti
- 1 stórt egg
- 2 bollar grænmetis- eða kanolaolía til steikingar

LEIÐBEININGAR:
a) Skerið kálið í hæfilega bita og setjið í stóra skál eða á disk. Hellið vínberjum út í og setjið til hliðar.

b) Búðu til dressingu með því að hella ólífuolíu í litla skál. Þeytið sítrónusafa og appelsínublómavatni út í og kryddið með salti og pipar eftir smekk.

c) Blandaðu saman fetaosti, 1 matskeið af hveiti, eggi og smá pipar í annarri lítilli skál. Maukið saman með gaffli og klárið síðan að blanda hráefninu saman með höndunum. Fyrir stórar kúlur skaltu brjóta af 1 tommu bita af ostablöndu og rúlla í 12 kúlur á stærð við golfkúlur; til að búa til minni kúlur, notaðu melónukúlu.

d) Hellið ¼ bolla af hveiti á disk og rúllið ostakúlum upp úr hveiti til að hjúpa. Hristið umframmagn af og setjið á fat. Hitið grænmetis- eða kanolaolíuna í stórum, djúpum potti. Þegar olían er um það bil 375 gráður F er hún tilbúin. Látið kúlurnar varlega ofan í olíuna án þess að troða þeim saman. Ekki leyfa þeim að snerta hvort annað. Snúið kúlunum við þegar neðstu helmingarnir eru orðnir brúnir, um það bil 5 mínútur. Ef þau snúast ekki auðveldlega skaltu bíða í nokkrar sekúndur í viðbót. Ef þeir snúa auðveldlega er það merki um að þeir séu tilbúnir til að snúa þeim. Steikið hinar hliðarnar þar til kúlurnar eru jafnlitaðar. Takið úr olíunni með sleif og hellið af á pappírshandklæði.

e) Raðið fetakúlum ofan á salatið. Dreypið dressingu yfir salatið og kryddið með salti og nýmöluðum svörtum pipar eftir smekk. Berið fram heitt.

60. Blandað kryddjurta- og vorlaukssalat [Salata Khadra bil Bassal]

HRÁEFNI:

- 1 búnt fersk steinselja
- 1 búnt ferskt kóríander
- 1 búnt fersk mynta
- 2 búntir vorlaukar
- Safi úr 1 sítrónu
- Safi úr 1 lime
- ¼ bolli extra virgin ólífuolía Klípa af salti
- Klípa af nýmöluðum svörtum pipar
- Klípa af möluðu kúmeni

LEIÐBEININGAR:

a) Skerið stilkar af steinselju, kóríander og myntu; dýfðu þeim í stóra skál og hyldu með vatni.
b) Tæmið og haldið áfram að dýfa jurtalaufunum í hreint vatn þar til þau eru hrein og skilja engar leifar eftir á botni skálarinnar [þetta getur tekið allt að sjö þvotta]. Þurrkaðu blöðin og leggðu þau á stórt disk.
c) Skerið endana af vorlauknum og leggið ofan á jurtabeðið.
d) Blandið sítrónu og límónusafa saman í lítilli skál. Þeytið ólífuolíu út í til að fá slétta dressingu. Bætið salti, pipar og kúmeni við dressinguna, blandið vel saman til að blanda saman.
e) Hellið yfir salatið og berið fram.

SÚPA

61. Maukuð kúrbítsúpa [Shorbat Koosa]

HRÁEFNI:

- 2¼ pund kúrbít, endarnir fjarlægðir og saxaðir
- 2 bollar nauta-, kjúklinga- eða grænmetiskraftur
- 1 bolli nýmjólk
- Salt eftir smekk
- Nýmalaður svartur pipar eftir smekk

LEIÐBEININGAR:

a) Setjið kúrbít, kraft og mjólk í stóran pott og látið suðuna koma upp við háan hita.

b) Lækkið hitann í miðlungs lágan og látið malla, undir loki, þar til kúrbíturinn er mjúkur, um það bil 5 mínútur.

c) Takið af hitanum og maukið blönduna með blöndunartæki; eða helltu því í blandara, loku, fjarlægðu miðstútinn úr miðju lokinu og haltu eldhúsþurrku yfir gatinu. Maukið súpuna þar til hún er mjúk.

d) Setjið súpuna aftur í pottinn og kryddið með salti og nýmöluðum pipar eftir smekk.

e) Látið malla við meðalhita í 3 til 5 mínútur eða þar til súpan er vel hituð. Berið fram heitt.

62.Mallowsúpa gyðinga [Shorbat Maloukhiya]

HRÁEFNI:

- 4 bollar kjúklingakraftur
- 1 [14 aura] pakki frosinn maloukhiya
- Salt
- Nýmalaður svartur pipar
- 1 matskeið skýrt smjör[ghee]
- 6 hvítlauksgeirar, saxaðir
- 1 tsk malað kóríander

LEIÐBEININGAR:

a) Hitið kjúklingakraftinn að suðu í meðalstórum potti.
b) Bætið við frosinni maloukhiya og smá salti og pipar eftir smekk. Látið suðuna koma aftur upp, lækkið hitann í lágan og látið malla í 5 mínútur.
c) Bræðið skýrt smjör í litlum potti yfir meðalhita.
d) Bætið hvítlauk og kóríander út í og steikið, án loks, þar til hvítlaukurinn fer að taka lit.
e) Hrærið hvítlauksblöndunni út í súpuna, smakkið til og stillið af salti og pipar ef þarf. Berið fram heitt.

63. Kjúklingabaunasúpa með Zataar brauðteningum
[Shurba bil Hommus]

Hráefni:
SÚPA:
- 1 bolli þurrkaðar kjúklingabaunir, lagðar í bleyti yfir nótt, eða niðursoðnar kjúklingabaunir, skolaðar og tæmdar vel
- 1 meðalgulur laukur, þunnt sneið
- Safi úr 1 sítrónu
- 1 tsk malað kúmen
- Salt eftir smekk
- Nýmalaður svartur pipar eftir smekk

CROUTONS:
- 1 [6 tommu] pítubrauð, saxað í 1 tommu ferninga
- 2 matskeiðar ólífuolía
- 1 tsk zataar eða þurrkað timjan

LEIÐBEININGAR:
a) Setjið kjúklingabaunir í stóran pott eða pott með 6 bollum af vatni og lauksneiðum.
b) Lokið pönnunni og látið malla við meðalhita þar til kjúklingabaunir eru mjúkar, um það bil 5 mínútur fyrir niðursoðnar eða 1 klukkustund fyrir þurrkaðar kjúklingabaunir.
c) Takið af hita og hellið blöndunni varlega í blandara. Bætið við sítrónusafa, kúmeni og smá salti og pipar. Blandið vel saman þar til mauk myndast.
d) Setjið blönduna aftur í pottinn. Smakkið til og stillið saltið ef þarf. Ef súpan er of þykk, hrærið nokkrum matskeiðum af vatni saman við. Látið malla við lágan hita þar til tilbúið til framreiðslu.
e) Til að búa til brauðtengur: Forhitið ofninn á steiktu. Settu brauð á ofnplötu. Penslið brauðbita með ólífuolíu og stráið zataar eða timjan yfir. Setjið undir grillið og ristið þar til það er létt gullið á hvorri hlið, um það bil 2 mínútur á hlið. Takið úr ofninum og skiptið brauðinu jafnt í súpuskálar.
f) Hellið súpunni yfir brauðteningana og berið fram.

64. Lambasoð og Orzo súpa [Shorba bi Lissan al Asfoor]

HRÁEFNI:

- 2 svört piparkorn
- 1 kanilstöng
- 2 stykki lambakjöt með áföstum beini
- 1 laukur, gróft saxaður
- 1 gulrót, gróft skorin
- 1 stafur sellerí, gróft saxað
- 2 matskeiðar salt eða eftir smekk
- 2 bollar orzo
- Safi úr 1 sítrónu
- Handfylli af ferskri steinselju, smátt saxað

LEIÐBEININGAR:

a) Til að búa til lambakjötskraftinn: Fylltu 8 lítra pottinn þrjá fjórðu af leiðinni fullan af vatni.

b) Bætið piparkornum, kanilstöng, lambakjöti, lauk, gulrót og sellerí í pottinn. Saltið, hrærið og látið suðuna koma upp við háan hita. Skerið hrúgu af toppnum með skál þegar það myndast.

c) Þegar vatnið er að sjóða, lækkið hitann í lágan, lokið á og látið malla í 2 til 3 klukkustundir. Sigtið soðið í annan pott og fargið kryddi og grænmeti. Flysjið kjötið af beinum og rífið í litla bita.

d) Bætið við lagerinn. [Á þessum tímapunkti má geyma birgðir í kæli í allt að viku eða frysta í allt að mánuð.]

e) Forhitaðu ofninn í 350 gráður F. Settu orzo á bökunarplötu og ristuðu í ofninn, hrærðu 2 eða 3 sinnum þar til orzo er gullbrúnt. Takið úr ofninum og setjið til hliðar.

f) Látið suðuna koma aftur upp við háan hita. Smakkið til og bætið við meira salti ef þarf. Hellið ristuðu orzoinu út í, látið suðuna koma upp og lækkið síðan hitann. Eldið súpuna í um það bil 10 mínútur, hrærið af og til, þar til orzo er mjúkt en ekki of mjúkt. Takið af hitanum, hrærið sítrónusafa út í, smakkið til og stillið af salti og pipar ef þarf.

g) Færið yfir í súputerrúnu eða einstakar súpuskálar, toppið með steinselju og berið fram heitt.

65.Vermicelli, kjöt og tómatsúpa [Shorbat bil Sharleya, Lahma, wa Tomatum]

HRÁEFNI:

- 2 meðalstórir tómatar
- 1 matskeið ósaltað smjör
- 1 meðalstór gulur laukur, skorinn í teninga
- 1 meðalstór gulrót, skorin í teninga
- 1 sellerístilkur, skorinn í teninga
- 1 pund nautahakk
- ½ tsk malað pipar
- ½ tsk malað kúmen
- ½ tsk malað múskat Salt eftir smekk
- Nýmalaður svartur pipar eftir smekk
- 4 bollar nauta- eða kjúklingakraftur
- 1 bolli vermicelli
- Safi úr 1 lime

LEIÐBEININGAR:

a) Fylltu stóran pott um þrjá fjórðu af vatni og láttu suðuna koma upp. Bætið tómötum út í og sjóðið í 1 til 2 mínútur eða þar til húðin byrjar að sprunga.

b) Tæmdu tómatana og settu á kaf í skál með ísköldu vatni. Þegar tómatar eru nógu kaldir til að meðhöndla, afhýða hýðina, skera í tvennt, fjarlægja fræ og skera í teninga.

c) Bræðið smjör í stórum potti við miðlungshita. Bætið við lauk, gulrót og sellerí. Steikið í 5 til 7 mínútur eða þar til laukurinn er hálfgagnsær.

d) Bætið nautakjöti út í og brúnið, hrærið af og til og brjótið kjötið í litla bita. Hrærið kryddjurtum, kúmeni, múskati og smá salti og nýmöluðum pipar saman við eftir smekk.

e) Bætið tómötum, soði og 4 bollum af vatni út í. Hækkið hitann í háan og látið suðuna koma upp, fletjið hrúgan af eins og hún birtist efst á súpunni. Lækkið hitann í lágan, lokið á og látið malla í 20 mínútur.

f) Takið lokið af, hrærið og bætið við vermicelli. Látið malla, án loks, þar til vermicelli er meyrt. Smakkið til og stillið af salti og pipar ef þarf. Kreistið limesafa út í súpuna og hrærið. Berið fram heitt.

EFTIRLITUR

66. Date Dome Cookies [Ma'moul]

HRÁEFNI:
DAGSETNING FYLLING:
- ½ pund þurrkaðar döðlur, gryfjaðar
- 2 matskeiðar smjör
- 1 tsk appelsínublómavatn

KÖKUDEIG:
- 1 bolli ósaltað smjör, við stofuhita
- 1½ bolli sykur
- 2 tsk ferskur appelsínu- eða sítrónusafi
- 1 tsk appelsínublómavatn
- 1 stórt egg
- ½ tsk malaðir kirsuberjakjarnar [mahlab] [valfrjálst]
- 3 bollar óbleikt, alhliða hveiti
- 1 bolli fíngerð grjónamjöl
- ½ tsk salt Sælgætissykur til að strá yfir

LEIÐBEININGAR:
a) Forhitaðu ofninn í 350 gráður F. Settu grindur í miðjum ofninum. Klæðið tvær tvöfaldar loftfrumu- eða steinkökublöð með sílikonfóðri eða smjörpappír.
b) Undirbúið döðlufyllingu: Blandið saman döðlum, smjöri og appelsínublómavatni í matvinnsluvél. Kveikt og slökkt á púlsinum þar til fyllingin hefur líkt líma. Setja til hliðar.
c) Útbúið DEIG: Blandið smjöri og sykri saman í stóra skál og rjóma þar til það er ljósgult á litinn, um það bil 3 til 5 mínútur. Bæta við appelsínu- eða sítrónusafa og appelsínublómavatni; blandið vel saman og bætið svo eggi saman við og hrærið vel aftur. Bætið við kirsuberjakjörnunum, ef þeir eru notaðir, og hrærið til að blandast saman.
d) Blandið saman hveiti, semolina og salti í sérstakri stórri skál. Bætið hveitiblöndunni hægt út í smjörblönduna. Blandið þar til slétt deig myndast og mótið það síðan í kúlu.
e) Til að setja saman ma'moul: Ákvarðaðu hvaða stærð af móti þú ert að nota. Fyrir stórt mót skaltu brjóta deigið af í 2 tommu bita. Fyrir lítið mót skaltu brjóta deigið af í 1½ tommu bita. Rúllið deigið í kúlur á milli handanna.

f) Fletjið hverja kúlu út og setjið 1 tsk döðlublöndu í miðju hvers hrings. Teygðu deigið þannig að það hylji fyllinguna og rúllaðu í kúlur. Settu eina af deigkúlunum í kökuform. Þrýstu því inn í mótið þar til það er jafnt við mótið og fyllir allt rýmið. Haltu í stöngina á forminu og bankaðu á hálsinn á því með kexið snúið frá þér á hart yfirborð til að móta kexdeigið.
g) Settu kökuhönnunarhliðina upp á kökuplötuna. Endurtaktu með afganginum af deiginu. Hægt er að setja smákökur með ½ tommu frá hvor annarri þar sem þær dreifast ekki.
h) Bakið í um það bil 20 mínútur og látið toppinn á kökunum ekki verða brúnn. Takið úr ofninum og toppið með sigtuðum konfektsykri.
i) Leyfðu kökunum að kólna á kökublöðum á vírgrindum.

67. Dagsetning Haroset [Agwa]

HRÁEFNI:
- 1 pund döðlur, grófhreinsaðar
- 3 matskeiðar döðlu- eða fíkjusulta

LEIÐBEININGAR:

a) Setjið döðlurnar í stóra skál og hyljið með sjóðandi vatni. Látið standa þar til það er orðið mjög mjúkt, að lágmarki 2 klukkustundir eða yfir nótt.

b) Tæmið döðlurnar og setjið í matvinnsluvél með fíkju- eða döðlusultunni.

c) Kveiktu og slökktu á púls þar til deigið er slétt og dökkt. Ef límið virðist of þykkt skaltu bæta við nokkrum matskeiðum af vatni, einni í einu, til að þynna það út.

68.Egypsk pundkaka [Torta]

HRÁEFNI:
- 1 bolli ósaltað smjör, við stofuhita
- 1 bolli sykur
- Rifinn hýði af 1 appelsínu
- 1 tsk vanilluþykkni
- 4 stór egg, þeytt þar til froðukennt
- ½ bolli venjuleg grísk jógúrt
- 1¾ bollar óbleikt, alhliða hveiti
- 2 tsk lyftiduft

LEIÐBEININGAR:
a) Forhitaðu ofninn í 350 gráður F. Settu grind í miðju ofnsins.
b) Smjör og hveiti 10 tommu brauðform.
c) Blandið smjöri, sykri, appelsínuberki og vanillu saman í stóra skál og þeytið þar til allt hefur blandast saman og létt. Bætið eggjunum við smjörblönduna í 4 hlutum, þeytið vel eftir hverja viðbót. Hrærið jógúrtinni saman við.
d) Sigtið hveiti og lyftiduft út í blönduna. Hrærið vel til að blandast saman og hellið deiginu í tilbúna pönnuna. Bakið í 40 til 45 mínútur, eða þar til tannstöngull sem stungið er í miðjuna kemur hreinn út. Takið kökuna úr ofninum og látið kólna alveg.
e) Snúið kökunni af forminu. Ef kakan losnar ekki auðveldlega skaltu keyra smjörhníf varlega í kringum alla brúnina og lyfta varlega til að hjálpa henni að koma út.
f) Skerið í 1 tommu þykkar sneiðar og berið fram.

69.Hefðbundnar Eid kökur [Kahk a L'Eid]

HRÁEFNI:

- 5 bollar óbleikt, alhliða hveiti
- 1 matskeið sesamfræ
- 1 bolli hreinsað smjör [ghee]
- 1 bolli mjólk
- ¼ tsk salt
- ½ matskeið virkt þurrger
- 1½ msk lyftiduft
- ½ tsk rósavatn21
- ½ tsk möndluþykkni
- ½ tsk malaður kanill
- ½ tsk malaður negull
- ½ tsk malað engifer
- ½ bolli konfektsykur, til skrauts

LEIÐBEININGAR:

a) Forhitið ofninn í 350 gráður F. Klæðið 2 bökunarplötur með smjörpappír eða sílikonfóðri. Hellið hveiti í stóra skál og gerið holu í miðjunni. Stráið sesamfræjum í brunninn. Hitið skýrt smjör í litlum potti við meðalhita þar til það byrjar að sjóða. Takið af hitanum og blandið varlega saman við hveitið með tréskeið. Hrærið þar til innihaldsefnin hafa blandast vel saman og hveitiblandan kólnar.

b) Blandið saman mjólk, salti, geri, lyftidufti, rósavatni, möndluþykkni, kanil, negul og engifer í sérstakri skál. Bætið mjólkurblöndunni við deigið ¼ bolli í einu, blandið vel saman til að blandast saman eftir hverja viðbót. Þegar öll mjólkurblandan er komin í, mótið deigið í kúlu og snúið út á létt hveitistráð yfirborð og hnoðið í 5 til 10 mínútur.

c) Brjótið litla bita af deiginu og rúllið til að mynda 2 tommu kúlur. Settu kúlur með 1 tommu millibili á bökunarplöturnar. Fletjið toppana örlítið út og notið ma'alit eða gaffal til að gera 3 eða 4 línur af beygjum niður ofan á kökunum. Bakaðu báðar kökublöðin hlið við hlið í 14 til 18 mínútur, eða þar til þau eru ljós gullin. Takið úr ofninum og flytjið kökurnar varlega yfir á vírgrind til að kólna. Haltu áfram með afganginn af deiginu. Stráið smákökum yfir konfektsykri.

70. Aswan dagsetningarkökur [Biskoweet bil Agwa min Aswan]

HRÁEFNI:
KÖKUDEIG:
- 2 prik [1 bolli] ósaltað smjör, stofuhita [varið umbúðir til að smyrja bökunarplötur]
- ½ bolli sykur
- 1 stórt heilt egg
- 2 stórar eggjarauður
- 1 tsk hreint vanilluþykkni
- 1 bolli semolina
- 1½ bolli óbleikt alhliða hveiti
- Klípa af salti

DAGSETNING FYLLING:
- 2½ pund döðlur, grófhreinsaðar
- 1 tsk malaður kanill
- 2 matskeiðar ósaltað smjör, stofuhita

ÁFLAG:
- 1 eggjarauða blandað saman við teskeið af vatni
- ¼ bolli sesamfræ [valfrjálst]

LEIÐBEININGAR:
a) Í skál rafmagnshrærivélar með spaðafestingu, kremið smjörið og sykurinn; bætið heilu egginu, eggjarauðunum og vanillu saman við og blandið vel saman. Með hrærivélinni í gangi á lágum hraða skaltu hella semolina, hveiti og salti hægt út í. Haltu áfram að blanda þar til deigið kemur saman. Vefjið deigið inn í plastfilmu og kælið í 1 klst.

b) Smyrðu tvær bökunarplötur og forhitaðu ofninn í 375 gráður F. Gerðu fyllinguna með því að blanda saman döðlum, kanil og smjöri í matvinnsluvél. Kveiktu og slökktu á púls þar til líma myndast. Ef blandan virðist of þykk skaltu bæta við nokkrum matskeiðum af vatni til að fá slétt deig.

c) Eftir að deigið hefur kólnað skaltu nota kökukefli til að rúlla því út í 10x15 tommu ferhyrning á létt hveitistráðu vinnuborði. Gerðu 4 lóðréttar línur með jöfnum millibili niður rétthyrninginn.

d) Búðu til 3 láréttar línur sem fara þvert yfir rétthyrninginn og búðu til 12 jafnstóra stykki.

e) Fylltu miðju hvers hluta með 1 hrúgaðri matskeið af döðlublöndunni. Lyftið brúnum deigferninganna í kringum toppinn á fyllingunni með því að nota bekksköfu/brauðskúffu og veltið yfir til að þekja. Lokaðu brúnunum og skildu endana eftir óvarða. Eftir að þau hafa öll verið fyllt skaltu skera hvern í tvennt og setja 1 tommu í sundur á bökunarplötur.
f) Penslið toppana á kökunum með eggjaþvotti og stráið sesamfræjum yfir.
g) Bakið í 25 til 30 mínútur þar til þær eru gullinbrúnar. Látið kólna á kökuplötunum. Geymið kökurnar í loftþéttu íláti við stofuhita í allt að 2 daga.

71.Hunangsfylltar Eid kökur [Kahk bil Agameya]

HRÁEFNI:
FYLLING:
- 4 matskeiðar skýrt smjör[ghee]
- 4 matskeiðar óbleikt, alhliða hveiti
- 1 bolli appelsínublóma hunang
- 4 matskeiðar saxaðar valhnetur eða döðlur, ef vill

DEIG:
- 1 tsk sykur
- 2 tsk virkt þurrger
- 7 bollar óbleikt, alhliða hveiti, sigtað með 1 tsk salti
- 1 tsk malaður kanill
- 1 tsk malaður negull
- 1 tsk malað engifer
- 2 bollar hreinsað smjör [ghee]
- 1 bolli sælgætissykur, fyrir álegg

LEIÐBEININGAR:
a) Til að gera fyllinguna: Bræðið skýrt smjör í stórum potti við meðalhita. Bætið hveitinu út í og hrærið með tréskeið þar til blandan breytir um lit. Takið af hitanum og hrærið hunanginu saman við, blandið vel saman til að blanda saman. Settu pönnuna aftur á hita og haltu áfram að hræra þar til blandan hefur þykknað, um það bil 10 til 20 mínútur.

b) Takið af hitanum, hrærið hnetum eða döðlum saman við, ef vill, og látið kólna alveg. Þegar blandan er orðin köld, brjótið mjög litla bita af fyllingunni af og rúllið í kúlur á stærð við erta. Setjið á vaxpappír eða plastfilmu þar til þær eru tilbúnar til að fylla kökurnar.

c) Til að búa til deigið: Leysið sykurinn upp í ¼ bolla af volgu vatni í lítilli skál. Bætið gerinu út í og hrærið. Látið blönduna standa í 10 mínútur. Blandið hveitinu saman við salti, kanil, negul og engifer í stórri blöndunarskál og gerið holu í miðjunni. Látið skýra smjörið sjóða í meðalstórum potti við meðalhita.

d) Hellið í miðju brunninn af hveitiblöndunni og hrærið til að innihalda innihaldsefnin , hrærið þar til blandan hefur kólnað. Þegar deigið er alveg kalt skaltu hræra gerblöndunni saman við.

e) Klæðið 2 kökublöð með smjörpappír eða sílikonfóðri. Rykið hreint vinnuborð með auka hveiti. Snúið deiginu út á vinnuborðið og hnoðið í 10 mínútur þar til deigið er mjúkt og slétt. Brjótið af 1 tommu bita af deiginu og mótið í eggform.
f) Gerðu gat í miðjuna á hvern og settu kúlu af fyllingunni. Hyljið gatið og mótið kökurnar í kúlur.
g) Settu smákökur með 1 tommu millibili á tilbúnu kökublöðunum. Búðu til 3 eða 4 raðir af línum þvert yfir toppinn á kökunum með gaffli eða ma'alit. Hyljið kökurnar með eldhúsþurrku og leyfið að hvíla í 1 klst.
h) Forhitið ofninn í 375 gráður F. Bakið smákökur í 20 mínútur eða þar til þær eru settar. Takið úr ofninum. Sigtið sælgætissykur ofan á og látið kólna á pönnunum.

72. Foie Gras Faraós [Kibdet Firakh]

HRÁEFNI:

- 2 bollar [4 prik] ósaltað smjör, við stofuhita, auk auka fyrir smjörrétt
- 2 pund kjúklingalifur, snyrt
- 1 meðalstór laukur, þunnt sneið
- 5 hvítlauksrif, söxuð
- 2 bollar kjúklingakraftur
- Safi úr 1 sítrónu
- 1 tsk salt, eða eftir smekk

SKRETTIR

- ⅓ bolli fersk heil kóríanderlauf
- ⅓ bolli fersk heil myntulauf
- ⅓ bolli fersk heil steinseljulauf
- ¼ bolli valhnetuhelmingur
- 1 pint ferskar fíkjur, skornar í tvennt ef vill

LEIÐBEININGAR:

a) Smyrjið 4 bolla souffléform eða brauðform. Klæðið fatið með plastfilmu og smyrjið plastfilmuna. Blandið kjúklingalifur, lauk, hvítlauk og soði saman í meðalstóran pott og látið suðuna koma upp við háan hita. Lækkið hitann í lágan, lokið á og látið malla þar til lifur eru elduð í gegn, um það bil 10 mínútur.

b) Tæmdu eldunarvökvann og flyttu lifur, lauk og hvítlauk í matvinnsluvél. Bætið smjöri, sítrónusafa og salti út í og vinnið þar til slétt og allt hráefni er jafnt dreift og smjörið er alveg innifalið. Flyttu yfir í tilbúna fatið eða pönnuna, settu lokið yfir og kældu yfir nótt eða þar til það er stíft [að minnsta kosti 4 klukkustundir].

c) Til að bera fram: Afhjúpaðu fatið eða pönnuna og hlaupið með hníf í kringum brúnirnar á patéinu til að losa það. Setjið framreiðsludisk ofan á soufflé-réttinn og snúið á hvolf. Fjarlægðu plastfilmuna varlega. Raðið kóríander, myntu og steinselju í kringum brúnir fatsins. Skreytið toppinn af paté með valhnetum og raðið ferskum fíkjum ofan á og utan um paté. Berið fram kalt.

73.Grjónukökur með kirsuberjatopp [Biskoweet bil Smeed wa Kareez]

HRÁEFNI:
- ½ bolli semolina
- ½ bolli malaðar möndlur
- ½ bolli sykur
- ¼ tsk malaður kanill
- 1 eggjahvíta
- 10 maraschino kirsuber, helminguð
- 2 matskeiðar apríkósasulta

LEIÐBEININGAR:
a) Klæðið 2 kökublöð með smjörpappír eða sílikonfóðri. Blandið semolina, möndlum, sykri og kanil saman í skál. Þeytið eggjahvítu í sérstakri skál þar til stífir toppar myndast; blandið saman við hveitiblönduna. Rúllaðu deiginu í 1 tommu kúlur og settu að minnsta kosti 1 tommu á milli á kökublöð.
b) Setjið helminginn af kirsuberinu ofan á hverja köku og þrýstið aðeins niður. Kælið í 1 klukkustund til að kæla.
c) Forhitið ofninn í 475 gráður F. Bakið smákökur í miðjum ofninum, þar til þær eru létt gylltar, 8 til 10 mínútur. Setjið sultuna í lítinn pott með matskeið af vatni og eldið við meðalhita þar til hún er bráðin.
d) Sigtið í gegnum sigti og penslið á heitar kökur.
e) Látið kólna á pönnum; berið fram við stofuhita.

74. Rjómalöguð appelsínubúðing [Mahallabayat Bortu'an]

HRÁEFNI:
- 3 bollar nýkreistur appelsínusafi [um það bil 15 til 20 appelsínur]
- 3 matskeiðar hrísgrjónamjöl
- 3 matskeiðar maíssterkju, leyst upp í ¼ bolli af vatni
- ¾ bolli sykur, eða eftir smekk
- Rifinn hýði af 1 appelsínu

LEIÐBEININGAR:
a) Setjið appelsínusafa, hrísgrjónamjöl, maíssterkjublöndu, sykur og appelsínuberki í stóran pott og hrærið.
b) Látið suðuna koma upp við meðalhita og sjóðið í tvær mínútur, hrærið stöðugt í með tréskeið.
c) Lækkið hitann í lágan og látið malla, hrærið oft, þar til búðingurinn er helmingur upprunalegs rúmmáls, á milli 10 og 20 mínútur.
d) Þegar búðingurinn hefur þyknað, láttu kólna alveg og færðu síðan yfir í stóra, glæra skál eða einstaka búðingsrétti.

75.Semolina kaka með hunangssírópi [Basboosa]

HRÁEFNI:
SÍRÓP:
- 1 sítrónu
- 1 bolli sykur
- 2 tsk hunang

SEMOLINA KAKKA:
- Ósaltað smjör, til að smyrja pönnu
- 1½ bolli semolina
- ½ bolli óbleikt alhliða hveiti
- ½ bolli sykur
- 1 tsk lyftiduft
- ¾ bolli [1½ prik] ósaltað smjör, við stofuhita
- ½ bolli hrein, feit jógúrt
- Handfylli af hvítuðum möndlum, til að skreyta

LEIÐBEININGAR:

a) Fyrir sírópið: Afhýðið 2 til 3 ræmur af sítrónuberki af sítrónunni og setjið í meðalstóran pott. Safi úr sítrónunni og hellið í sama pott. Bætið við sykri og 1 bolla af vatni og hrærið.

b) Látið suðuna rólega yfir meðalhita, hrærið af og til. Hættu að hræra þegar blandan byrjar að sjóða og leyfið blöndunni að malla í nokkrar mínútur. Taktu síróp af hita, bættu hunangi við og hrærðu. Látið kólna aðeins og fargið síðan sítrónuberkinum. Setjið til hliðar til að kólna alveg á meðan kakan er gerð.

c) Forhitaðu ofninn í 350 gráður F. Smyrðu 11x17 tommu bökunarpönnu með smá ósöltuðu smjöri. Blandið semolina, hveiti, sykri og lyftidufti saman í stórri skál. Bætið smjöri út í, blandið vel saman og hrærið síðan jógúrtinni saman við. Dreifið blöndunni í tilbúna pönnu.

d) Þrýstið jafnt niður með blautum höndum og tryggið að yfirborðið sé slétt og jafnt. Settu möndlur ofan á um það bil 2 tommur frá hvorri annarri og gerðu 6 raðir af 4 möndlum með jöfnu millibili. Bakið í 30 til 40 mínútur, eða þar til gullið.

e) Takið kökuna úr ofninum og skerið um það bil hálfa leið í gegnum þykkt kökunnar í 2x2 tommu ferninga eða demönta [með möndlu í miðju hvers og eins], gætið þess að skera ekki alveg niður í botn formsins [þetta myndi veldur því að sírópið sekkur strax til botns þegar því er hellt ofan á].

f) Hellið sírópi jafnt yfir heitu kökuna og leyfið kökunni að standa í smá stund þar til hún er köld og sírópið hefur verið frásogast.

76.Apríkósubúðingur [Mahallibayat Amr al Din]

HRÁEFNI:
- 1 pund þurrkaðar apríkósur, skornar í litla bita
- 1 bolli sykur
- 4 matskeiðar kartöflusterkja leyst upp í ¼ bolli köldu vatni
- Handfylli af blanchuðum möndlum eða öðrum hnetum, til að skreyta
- Handfylli af rúsínum, til að skreyta

LEIÐBEININGAR:
a) Setjið apríkósubita í stóra skál og hyljið þá með 4 bollum af sjóðandi vatni. Látið standa við stofuhita yfir nótt eða þar til apríkósubitarnir draga í sig mest af vatni.
b) Bætið sykri við apríkósurnar og hrærið. Maukið blönduna í blandara.
c) Hellið apríkósumaukinu í meðalstóran pott. Bætið kartöflusterkjublöndunni út í og hrærið vel með tréskeið til að blanda saman. Hækkið hitann í háan og sjóðið blönduna í 2 mínútur, hrærið stöðugt í.
d) Lækkið hitann í miðlungs-lágan og haltu áfram að elda búðinginn, hrærið hægt, þar til hann þykknar og dregur sig frá hliðum pottsins.
e) Hellið búðingnum í einstakar ramekin eða stóra skrautskál. Stráið rúsínum og hnetum ofan á í mynstri með því að setja kökuform ofan á og fylla formin að innan með hnetum eða rúsínum.
f) Fjarlægðu kökusneiðarnar og kældu búðinginn í ísskáp í um það bil 2 klukkustundir eða þar til hann hefur stífnað. Berið fram kalt.

77.Roz Bel Laban [Hrísgrjónabúðingur]

HRÁEFNI:
- 1/2 bolli stuttkorna hrísgrjón
- 4 bollar nýmjólk
- 1/2 bolli sykur
- 1 tsk vanilluþykkni
- Malaður kanill til skrauts

LEIÐBEININGAR:
a) Skolið hrísgrjón og blandið saman við mjólk í potti. Eldið við vægan hita þar til hrísgrjónin eru mjúk.
b) Bætið sykri og vanillu út í, hrærið þar til blandan þykknar.
c) Hellið í skálar, kælið og skreytið með möluðum kanil áður en það er borið fram.

KRYDDINGAR

78. Meshaltet [skýrt smjör og hunangsálegg]

HRÁEFNI:
- 1 bolli hreinsað smjör [ghee]
- 1/2 bolli hunang
- Brauð til framreiðslu

LEIÐBEININGAR:
a) Bræðið skýrt smjör í potti við vægan hita.
b) Hrærið hunangi saman við þar til það hefur blandast vel saman.
c) Berið blönduna fram yfir heitu brauði.

79. Dukkah [Egyptísk hneta og kryddblanda]

HRÁEFNI:
- 1/2 bolli heslihnetur
- 1/4 bolli sesamfræ
- 2 matskeiðar kóríanderfræ
- 2 matskeiðar kúmenfræ
- 1 tsk svört piparkorn
- Salt eftir smekk

LEIÐBEININGAR:
a) Ristaðu heslihnetur, sesamfræ, kóríanderfræ, kúmenfræ og svört piparkorn á pönnu þar til ilmandi.
b) Malið ristað hráefni í grófa blöndu.
c) Saltið eftir smekk. Notið sem ídýfu með brauði, stráið á salöt eða sem hjúp fyrir kjöt.

80. Tahinisósa [Sesamfræpasta sósa]

HRÁEFNI:
- 1/2 bolli tahini [sesamfræmauk]
- 2 hvítlauksgeirar, saxaðir
- 1/4 bolli sítrónusafi
- Salt eftir smekk
- Vatn [eftir þörf fyrir æskilega samkvæmni]

LEIÐBEININGAR:
a) Blandið tahini, söxuðum hvítlauk og sítrónusafa saman í skál.
b) Bætið salti eftir smekk og stillið samkvæmni með vatni.
c) Berið fram sem ídýfu, salatsósu eða dreypið yfir grillað kjöt.

81. Shatta [Egyptísk heit sósa]

HRÁEFNI:
- 6-8 rauð chilipipar, fræ fjarlægð
- 3 hvítlauksrif
- 1 tsk malað kúmen
- Salt eftir smekk
- Ólífuolía [valfrjálst]

LEIÐBEININGAR:
a) Blandið rauðum chilipipar, hvítlauk, kúmeni og salti þar til það er slétt.
b) Stillið saltið og dreypið ólífuolíu yfir ef vill. Notið sem kryddað krydd í ýmsa rétti.

82. Bessara [Fava Bean Dip]

HRÁEFNI:
- 2 bollar soðnar fava baunir
- 3 hvítlauksgeirar, saxaðir
- 1/4 bolli ólífuolía
- Sítrónusafi eftir smekk
- Salt og kúmen eftir smekk

LEIÐBEININGAR:
a) Blandið fava baunum, hakkaðri hvítlauk, ólífuolíu, sítrónusafa, salti og kúmeni saman þar til slétt er.
b) Stillið kryddið og berið fram sem ídýfu eða smurbrauð.

83.Hvítlaukssósa [Toum]

HRÁEFNI:
- 1 bolli hvítlauksrif, afhýdd
- 2 bollar jurtaolía
- 1 matskeið sítrónusafi
- Salt eftir smekk

LEIÐBEININGAR:
a) Blandið hvítlauk og smá salti saman í matvinnsluvél þar til það er fínt hakkað.
b) Með örgjörvan í gangi, hellið hægt yfir jurtaolíu þar til blandan verður að þykkri, rjómalöguðu sósu.
c) Bætið við sítrónusafa og salti eftir smekk. Notist sem ídýfa eða smurefni.

84.Amba [súrsuð mangósósa]

HRÁEFNI:
- 1 bolli grænt mangó, skorið í teninga
- 1/4 bolli malað fenugreek
- 1 tsk malað túrmerik
- 1 tsk malað kúmen
- 1 tsk chili duft
- Salt eftir smekk

LEIÐBEININGAR:
a) Blandið saman hægelduðum mangó, fenugreek, túrmerik, kúmeni, chilidufti og salti.
b) Blandið vel saman og látið standa í einn dag til að leyfa bragðinu að blandast saman. Berið fram sem bragðmikið meðlæti.

85.Sumac kryddblanda

HRÁEFNI:
- 2 matskeiðar malað sumak
- 1 matskeið malað kúmen
- 1 matskeið malað kóríander
- 1 tsk salt

LEIÐBEININGAR:
a) Blandið muldu súmak, kúmeni, kóríander og salti saman við.
b) Notaðu þessa kryddblöndu til að strá yfir salöt, grillað kjöt eða sem krydd í ýmsa rétti.

86.Molokhia sósa

HRÁEFNI:
- 2 bollar fersk molokhia lauf
- 2 hvítlauksgeirar, saxaðir
- 1 matskeið ólífuolía
- Sítrónusafi eftir smekk
- Salt og pipar eftir smekk

LEIÐBEININGAR:
a) Eldið molokhia lauf þar til þau eru mjúk og blandaðu síðan þar til þau eru slétt.
b) Steikið hakkaðan hvítlauk á pönnu í ólífuolíu og bætið síðan molokhia maukinu út í.
c) Kryddið með sítrónusafa, salti og pipar.
d) Berið fram sem sósu yfir hrísgrjónum eða brauði.

87. Za'atar kryddblanda

HRÁEFNI:
- 2 matskeiðar þurrkað timjan
- 2 matskeiðar malað sumak
- 2 matskeiðar sesamfræ
- 1 matskeið þurrkuð marjoram
- 1 tsk salt

LEIÐBEININGAR:

a) Blandið þurrkuðu timjani, möluðu sumak, sesamfræjum, þurrkuðum marjoram og salti saman við.

b) Þessa arómatísku blöndu er hægt að nota sem krydd fyrir brauð, salöt eða sem ídýfu með ólífuolíu.

88.Besara [Jurta- og baunadýfa]

HRÁEFNI:
- 2 bollar soðnar fava baunir
- 1 bolli ferskt kóríander, saxað
- 1 bolli fersk steinselja, söxuð
- 3 hvítlauksgeirar, saxaðir
- 1/4 bolli ólífuolía
- Salt og kúmen eftir smekk

LEIÐBEININGAR:
a) Blandið fava baunum, kóríander, steinselju, hvítlauk og ólífuolíu saman þar til slétt er.
b) Kryddið með salti og kúmeni.
c) Berið fram sem ídýfu eða smurt fyrir brauð.

89.Tarator [Sesam og hvítlaukssósa]

HRÁEFNI:
- 1/2 bolli tahini [sesamfræmauk]
- 2 hvítlauksgeirar, saxaðir
- 1/4 bolli sítrónusafi
- 2 matskeiðar vatn
- Salt eftir smekk

LEIÐBEININGAR:

a) Þeytið saman tahini, söxuðum hvítlauk, sítrónusafa og vatni þar til það er slétt.

b) Saltið eftir smekk. Notið sem sósa fyrir falafel, grillað kjöt eða sem salatsósu.

90. Sesammelassi [Dibs og Tahini]

HRÁEFNI:
- 1/2 bolli tahini [sesamfræmauk]
- 1/4 bolli granatepli melass
- 1 matskeið hunang [valfrjálst]

LEIÐBEININGAR:
a) Blandið saman tahini, granatepli melassa og hunangi [ef það er notað] þar til það hefur blandast vel saman.

b) Notaðu sem sæta og bragðmikla ídýfu eða dýfa í eftirrétti, ávexti eða brauð.

DRYKKIR

91.Svart te með myntu [Shai bil Na'na]

HRÁEFNI:
- 4 tsk hágæða svört, laus telauf
- 4 bollar sjóðandi vatn
- Sykur, ef vill
- 4 myntu greinar

LEIÐBEININGAR:
a) Settu telauf í sjóðandi vatn í tepott. Lokið og látið liggja í 10 mínútur fyrir sterkt te, eða 5 mínútur fyrir venjulegan styrk.
b) Hrærið sykri út í, ef vill.
c) Setjið myntugreinar í glös. Sigtið teið og hellið yfir myntu í glösum.

92. Tamarind Juice [Assir Tamr Hindi]

HRÁEFNI:
- 2 bollar tamarindsíróp
- 4 bollar kalt vatn

LEIÐBEININGAR:
a) Hellið tamarindsírópi og vatni í könnu.
b) Hrærið vel til að blanda saman og geymið í kæli þar til það er borið fram.

93.Karvíte [Carawaya]

HRÁEFNI:
- 4 tsk ristuð kúmenfræ
- Sykur eftir smekk

LEIÐBEININGAR:
a) Í meðalstórum potti, láttu 4 bolla vatn og kúmenfræ sjóða við háan hita.
b) Sjóðið í 2 mínútur og síið síðan í 4 tebolla.
c) Sætið með sykri ef vill.

94. Bedouin Tea [Shai Bedawi]

HRÁEFNI:
- 4 tsk Bedúína te [eða þurrkað timjan eða þurrkað salvía]
- 4 tsk þurrkaðir lífrænir rósaknoppar
- 1 kanilstöng
- 4 tsk laust svart te [venjulegt eða koffeinlaust]
- Sykur, ef vill

LEIÐBEININGAR:
a) Hitið 4½ bolla af vatni, bedúínatei, þurrkuðum rósaknappum, kanilstöng og lausu svörtu tei í tepotti eða potti við háan hita.
b) Þegar vatnið sýður, lækkið hitann í lágan og látið malla í 5 mínútur.
c) Slökktu á hitanum og steiktu teið, þakið, í 5 mínútur. Sigtið í tebolla og sættið með sykri, ef vill.

95. Egyptian Lemonade [Assir Limoon]

HRÁEFNI:
- 2 þroskaðar sítrónur, skornar í fjórða
- 5 matskeiðar sykur
- 5 matskeiðar hunang
- 1 tsk appelsínublómavatn
- 6 myntugreinar, til skrauts

LEIÐBEININGAR:
a) Setjið sítrónur og 6 bolla af vatni í pott; lokið og látið suðuna koma upp.
b) Lækkið hitann og látið malla í 20 mínútur. Sigtið vökva í könnu og þrýstið safanum af sítrónunum í gegnum sigið með gaffli.
c) Bætið við sykri, hunangi og appelsínublómavatni. Hrærið til að blandast vel og látið síðan kólna. Geymið límonaði í kæli þar til það er kalt.
d) Áður en það er borið fram er límonaði sett í blandara og þeytt þar til það er froðukennt.
e) Berið fram í kældum glösum skreytt með myntugreinum.

96. Guava og kókoskokteill [kokteill bil Gooafa, Manga, wa Jowz al Hind]

HRÁEFNI:
- 1 bolli kalt mangó nektar
- 1 bolli köld sykruð kókosmjólk, vel hrærð
- 1 bolli kaldur bleikur guava nektar

LEIÐBEININGAR:
a) Settu fjögur glær glös í kæliskáp og kældu í 15 mínútur.
b) Hellið ¼ bolla af mangó nektar í hvert glas.
c) Haltu skeið á hvolfi yfir toppinn á mangónektarnum og helltu ¼ bolla af sætri kókosmjólk yfir það í hverju glasi.
d) Haltu skeið á hvolfi yfir kókosmjólkinni og helltu ¼ bolla af bleika guava nektarnum yfir kókosmjólkina í hverju glasi.
e) Berið fram strax.

97.Heimalagaður apríkósusafi[Assir Amr Din]

HRÁEFNI:
- 1 pund þurrkaðar apríkósur, skornar í litla bita
- 1 bolli sykur

LEIÐBEININGAR:
a) Setjið apríkósurnar í stóra, hitaþolna skál og hyljið þær með 6 bollum af sjóðandi vatni.
b) Látið liggja í bleyti þar til apríkósubitarnir leysast upp [þetta getur tekið allt frá nokkrum klukkustundum til yfir nótt, fer eftir apríkósum].
c) Hrærið sykrinum út í apríkósurnar þar til hann leysist upp. Maukið blönduna í blandara.
d) Geymið í kæli þar til það er kalt.

98.Heitur kanilldrykkur [Irfa]

HRÁEFNI:
- 4 kanilstangir
- 4 tsk sykur, eða eftir smekk
- 4 tsk blandaðar ósaltaðar hnetur, saxaðar

LEIÐBEININGAR:
a) Blandið kanilstöngum saman við 4 bolla af vatni í meðalstórum potti og látið suðuna koma upp.
b) Eldið þar til kanilstöngin opnast og losar ilm þeirra, um það bil 10 mínútur.
c) Fjarlægðu kanilstöng úr vökvanum með sleif og fargið þeim.
d) Bætið sykri út í og hrærið vel. Hellið vökva í tebolla og toppið hvern skammt með teskeið af blönduðum hnetum.

98. Heitur kanilldrykkur [Irfa]

HRÁEFNI:
- 4 kanilstangir
- 4 tsk sykur, eða eftir smekk
- 4 tsk blandaðar ósaltaðar hnetur, saxaðar

LEIÐBEININGAR:
a) Blandið kanilstöngum saman við 4 bolla af vatni í meðalstórum potti og látið suðuna koma upp.
b) Eldið þar til kanilstöngin opnast og losar ilm þeirra, um það bil 10 mínútur.
c) Fjarlægðu kanilstöng úr vökvanum með sleif og fargið þeim.
d) Bætið sykri út í og hrærið vel. Hellið vökva í tebolla og toppið hvern skammt með teskeið af blönduðum hnetum.

99. Lakkrísdrykkur [Ir'sus]

HRÁEFNI:
- 3 matskeiðar maluð lakkrísrót
- ⅛ bolli hunang eða sykur eftir smekk

LEIÐBEININGAR:

a) Setjið malaða lakkrísrót í tekúlusí sem notuð er fyrir laust te. Setjið sigtuna í könnu og fyllið með ½ lítra köldu vatni. Leyfðu þessu að sitja í 1 klukkustund og fjarlægðu síðan tekúluna.

b) Sigtið vökva í gegnum fínt sigti í aðra könnu og sættið með hunangi eða sykri, ef vill. Lokið könnunni og hristið kröftuglega eða hrærið í blandara til að mynda froðukenndan topp.

c) Berið fram ískalt.

100. Hibiscus punch [Karkade]

HRÁEFNI:
- 1 bolli þurrkuð hibiscus lauf
- ½ bolli sykur, eða eftir smekk
- 1 tsk appelsínublómavatn

LEIÐBEININGAR:
a) Fylltu stóran pott með lítra af vatni. Bætið hibiscus laufum út í og látið suðuna koma upp við háan hita.
b) Látið sjóða í 5 mínútur; fjarlægðu af hitanum.
c) Sigtið safa í gegnum sigti í könnu. Bætið við sykri og appelsínublómavatni og hrærið.
d) Fleygðu laufum eða notaðu þau sem áburð í garðinum þínum. Berið kýlið fram heitt, stofuhita eða kalt.

NIÐURSTAÐA

Þegar við ljúkum matreiðsluferð okkar í gegnum „ENDALEGI EGYPSKA GÖTU MATURINN 2024," vonum við að þú hafir upplifað auð og fjölbreytileika líflegs götumatarlífs Egyptalands í þægindum í þínu eigin eldhúsi. Hver uppskrift á þessum síðum er virðing fyrir bragði, ilm og menningaráhrifum sem gera egypskan götumat að sannri matargleði.

Hvort sem þú hefur smakkað hið ljúffenga koshari, tekið bragðmikið marr af ta'ameya eða dekrað við þig í sætum tónum af basbousa, treystum við því að þessar 100 uppskriftir hafi fært bragðið af iðandi götum Egyptalands á borðið þitt. Fyrir utan hráefnin og tæknina, megi andi egypskrar götumatargerðar hvetja þig til að fylla máltíðirnar með hlýju, samfélagi og gleðianda sem skilgreina þessa matreiðsluhefð.

Þegar þú heldur áfram að kanna hinn víðfeðma heim egypskra bragðtegunda, megi "ENDALEGI EGYPSKA GÖTU MATURINN 2024" vera traustur félagi þinn, leiðbeina þér um markaðina, sundin og ríkulega smekkinn sem gerir egypskan götumat að ógleymanlega upplifun. Hér er að gæða sér á fjölbreyttu og ljúffengu bragði Egyptalands - bon apétit!